குன்றென நிமிர்ந்து...

குன்றென நிமிர்ந்து...

வித்யா சுப்ரமணியம்

முதற்பதிப்பு: 2023

First Edition: 2023

Kundrena Nimirnthu...

குன்றென நிமிர்ந்து...

Vidya Subramaniam

வித்யா சுப்ரமணியம்

ISBN: 978-93-5695-628-5

காப்புரிமை @ ஆசிரியர்

Pustaka Digital Media Pvt. Ltd.
#7-002, Mantri Residency,
Bannerghatta Main Road, Bengaluru - 560 076
Karnataka, India
+91 7418555884

பொருளடக்கம்

அத்தியாயம் 1

நவம்பர் 1990

கொட்டும் மழையில் ஆட்டோ பிடித்து மைதிலி பேருந்து நிலையத்தில் நுழைந்தபோது, பேருந்தொன்று புறப்படத் தயாராக இருந்தது. தன் சேலையைப் பற்றிக்கொண்டிருந்த நான்கு வயது மகள் மாயாவை முதலில் ஏற்றிவிட்டு, ஒன்றரை வயது மகன் ரிஷியை இடுப்பிலும், வலக்கையில் பெட்டியுடனும், வலது தோளில் மாட்டியிருந்த பெரிய டிராவல் பேகுடனும் அவசரமாகத் தானும் ஏறிக்கொண்டாள்.

இரவுநேரப் பேருந்து என்பதாலும், கொட்டும் மழை என்பதாலும் பேருந்தில் கூட்டம் அதிகமில்லை. குழந்தைகளோடு உட்கார சௌகர்யமான இடம் கிடைத்தது. பெட்டியை மேலே வைத்துவிட்டு பையைக் காலின் கீழே வைத்துக்கொண்டு அமர்ந்தாள்.

நடத்துனர் டிக்கெட் கொடுக்க அருகில் வந்தார்.

"இந்த பஸ் எங்க போகுது?"

இப்படிக் கேட்டவளை சற்றே வியப்போடு உற்று பார்த்தார், விரைவில் ஓய்வு பெறும் வயதில் தெரிந்த கண்டக்டர், திருச்சிக்கு என்றார்.

"ரெண்டு டிக்கெட் கொடுங்க" என்று பணத்தை நீட்டினாள். அவர் டிக்கெட்டைக் கொடுத்துவிட்டு அடுத்த இருக்கை நோக்கி நகர்ந்தார்.

மழைச்சாரல் உள்ளே வராதிருக்க ஜன்னல் திரைகளை நன்கு இறக்கிவிட்டாள். காலின் கீழே வைத்திருந்த ஒரு பையிலிருந்து இரண்டு சால்வைகளை எடுத்து தன்னிருபுறமும் அமர்ந்திருந்த குழந்தைகளுக்குப் போர்த்தி, தன் மடிமீது தலைசாய்த்து படுக்க வைத்து மெல்ல தட்டிக்கொடுத்தாள்.

எங்கம்மா போறோம்? பெண் கேட்டது.

"திருச்சிக்கு."

"யார் வீட்டுக்கு?"

"அங்க போனதும் சொல்றேன்."

"அப்பா வரலயா?"

"அவருக்கு வேலையிருக்கு, அதான்."

"நா ஸ்கூல் போக வேணாமா?"

"உன்னை புது ஸ்கூல்ல சேர்க்கப்போறேன்."

"ஏம்மா?"

"இதைவிட அது இன்னும் நல்ல ஸ்கூல், அதான். நீ கண்ணை மூடிக்கிட்டு தூங்கு செல்லம் சரியா?"

சற்றுநேரத்தில் பெண் தூங்கிப்போயிற்று. கண்ணைமூடி தானும் தூங்க முயன்றாள். மெல்லிய நீல நிற ஒளி மட்டும் பரவியிருக்க, பேருந்தில் எல்லோரும் உறக்கத்தில் ஆழ்ந்திருந்தனர்.

விடிந்ததும் வீடு முழுக்க தேடுவான் ஆனந்தன். வீட்டில் அவளும், குழந்தைகளும் இல்லையென்று தெரிந்ததும், அடுத்து என்ன செய்வானோ என்று கவலைப்பட்டாள். வேறென்ன செய்வான். அவள் அப்பாவுக்கு போன் செய்வான். இங்கே வரலையே மாப்ள என்று அப்பா பதறிப்போவார். அவருக்கென்ன தெரியும் பாவம்? அம்மா அழுவாள். சகோதரிகளுக்கு போன் பண்ணுவார்கள். அவர்களும் பதறுவார்கள். கவலைப்படுவார்கள். நாலாபுறமும்

தேடிப்போவார்கள். தெரிந்தவர்களிடம் விசாரிப்பார்கள். ஆனால் நிச்சயம் போலீஸிடம் புகார் கொடுக்கப் போகமாட்டார்கள். பெரியக்கா சாவித்திரிக்கு அவள் நேற்றே எழுதி தபாலில் சேர்த்திருக்கும் கடிதம் நாளைக் காலையில் அவள் கையில் கிடைத்துவிடும். அக்கா நிலைமையைப் புரிந்துகொள்வாள். பதற்றமின்றி பிரச்சனையைக் கையாளுவாள். ஆனந்தனும் புகார் கொடுக்கத் துணியமாட்டான். அப்படிக் கொடுத்தால் அவனுக்குதான் பிரச்சனை வருமென்பது அவனுக்குத் தெரியும்.

இனி அடுத்து என்ன செய்வதென்று யோசிக்க வேண்டும். பஸ் எங்கே போகிறதோ அங்கே போவதென்று முடிவு செய்தாயிற்று. திருச்சியில் யாரையும் தெரியாது. எங்கே தங்கப்போகிறோம் அடுத்து என்ன செய்யப்போகிறோம் என்று எதுவும் தெரியாது. தெய்வம் கண்டிப்பாக ஒரு வழிகாட்டும் என்று அவள் நம்பினாள். விழியோரம் வழிந்த கண்ணீரைத் துடைத்துக் கொண்டாள். அழக்கூடாது, அழுவது கோழைத்தனம். அதுவும் மிகவும் தைரியமாக ஒரு முடிவெடுத்து கிளம்பிய பிறகு அழுவது பலவீனப்படுத்தும்.

வெளியே மழையின் சப்தம் இடைவிடாமல் கேட்டுக்கொண்டிருந்தது. வடகிழக்கு பருவமழை தீவிரமடைந்திருந்தது.

"ம்மா..." மடியில் படுத்திருந்த பிள்ளை சிணுங்கிற்று.

"பிஸ்கட் சாப்பிடறயா?"

'ம்' என்றபடி எழுந்து உட்கார்ந்தது. குனிந்து காலடியில் இருந்த பையின் ஜிப்பைத் திறந்து தண்ணீர் பாட்டிலும், பிஸ்கட் வைத்திருந்த டப்பாவும் எடுத்தபின் கையேடு ஜிப்பை மூடினாள். பையில் அவளது நகைகளும், நாற்பதாயிரம் பணமும் இருந்தது.

எண்பது சவரன் நகை போட்டு, நகரின் மையத்திலிருந்த மிகப்பிரபலமான திருமண மண்டபத்தில் வைத்து ஊரே வியக்கும்

அளவுக்குதான் அவளது கல்யாணத்தை நடத்தினார் அப்பா. அவர் போட்ட எண்பது சவரனில் இப்போது மிஞ்சியிருப்பது நாற்பது சவரன்கள்தான். அதுகூட ஆனந்தனின் கண்ணில் படாமல் ஒளித்து வைத்து காப்பாற்றியது. நாற்பதாயிரம் ரூபாய் பணமும் ஆனந்தனின் பீரோவிலிருந்தது. எங்கிருந்து கொண்டு வந்து வைத்தானோ தெரியாது. கிளம்பும்போது கண்ணில்பட, அதையும் எடுத்து ஒரு துணிப்பையில் சுற்றி, பெரிய பையின் அடிப்பக்கமாக மறைத்து வைத்து எடுத்துக்கொண்டாள். பையில் பணமும், நகையும் இருப்பது அவளது பாதுகாப்புக்குப் பிரச்சனைதான். அதனால் மிகுந்த கவனமுடன் இருக்க வேண்டுமென்று நினைத்தாள். யாரையும் சட்டென நம்பிவிடக் கூடாது. ஒவ்வொரு அடியையும் கவனத்துடன் எடுத்து வைக்கவேண்டும்.

காலின் கீழிருந்த ரெக்சின் பேகை கால்களால் அழுத்திப் பிடித்தபடி தலையை சீட்டில் சாய்த்துக்கொண்டு கண்மூடினாள். பேருந்திலிருந்த பயணிகள் உறங்கிப்போயிருந்தார்கள். ஒரு சிலரிடமிருந்து குறட்டை சப்தம்கூடக் கேட்டது. விளக்குகள் அணைக்கப்பட்டு நீலநிற விடிவிளக்கு மங்கலாக ஒளி சிந்திக்கொண்டிருந்தது. கண்டக்டர் டிரைவரோடு பேச்சுக்கொடுத்துக் கொண்டிருந்தார். வெளியில் மழை சப்தம் தாலாட்டு பாட, உறக்கம் தழுவியது.

விடியற்காலையில் திருச்சி பேருந்து நிலையத்தில் பேருந்து நிற்க, கண்டக்டர் அடித்த விசில் சப்தத்தில் உறக்கம் கலைந்தது. வெளியில் மழை கொட்டிக் கொண்டிருந்தது. குழந்தைகள் நன்கு உறங்கிக் கொண்டிருந்தார்கள். பெண்ணை எழுப்பிவிட்டாள். பிள்ளையைத் தூக்கித் தோளில் சாய்த்துக்கொண்டாள். மேலிருந்து சூட்கேசை எடுக்க முயன்றாள். பிள்ளையைச் சுமந்துகொண்டு அதை இறக்குவது கடினமாக இருந்தது. "நா எடுத்துத் தரேன் தள்ளிக்கோம்மா..." பெரியவர் ஒருவர் உதவிக்கு வந்தார். "ரொம்ப நன்றி அய்யா..." என்றபடி பெட்டியை வாங்க கை நீட்ட, "நீ நடம்மா... நானே

கொண்டுவரேன். ரெண்டு பிள்ளைய வெச்சுக்கிட்டு ஒண்டியா உன்னால முடியாது.''

அவரே கீழே இறக்கி வைத்தார். நகையும், பணமும் இருந்த பையை மட்டும் பத்திரமாகத் தோளில் மாட்டிக்கொண்டு ஒரு கையால் பெண்ணைப் பிடித்தபடி பேருந்திலிருந்து இறங்கினாள்.

''இந்த மழைல எப்படிமா போவ? யாராவது வருவாங்களா கூட்டிட்டு போக? இல்ல ஆட்டோ ஏதானம் கூட்டணுமா? எந்த பக்கமா போகணும்?''

அவள் பதில் சொல்லாமல் கொட்டும் மழையை வெறித்துப் பார்த்தாள். ''நீங்க போங்கய்யா. மழை விடட்டும். நானே போய்க்கரேன்.''

என்னைக் கூட்டிட்டு போக பிள்ளை வரேன்னு சொல்லியிருக்கான். நாங்க திருவானைக்கா பக்கம்தான் போகணும். அந்தப் பக்கம்தான் நீயும் போகணும்னா நாங்களே விட்டுட்டு போவோம். பிள்ளைங்களோட உன்னைத் தனியா விட்டுட்டுப் போக மனசு வரலை. பார்க்க என் பெண்ணாட்டம் இருக்க.''

அவர் கேட்டதும் என்ன சொல்வதென்று புரியாமல் ஒருவினாடி யோசித்தாள். திருச்சியில் யாரையும் தெரியாது. பிள்ளைகளைக் கூட்டிக்கொண்டு யாருக்கும் தெரியாமல் வந்துவிட்டேன் என்று முன்பின் தெரியாதவரிடம் சொல்வது சரியாகுமா?

பெரியவரின் கண்களில் ஒரு தகப்பனின் வாஞ்சை மட்டுமே தெரிய, அவரிடம் நம்பி பேசலாம் என்று தோன்றியது.

''உண்மையைச் சொல்லணும்னா திருச்சில எனக்கு யாரையும் தெரியாது. கிடைச்ச பஸ்ல குழந்தைகளோட ஏறிட்டேன். அது எங்களை இங்க கொண்டு வந்து சேர்த்திருக்கு. இங்கேர்ந்து என் வாழ்வை மீண்டும் துவக்க நினைக்கரேன்.

இப்போதைக்கு என்னால இவ்ளோதான் சொல்லமுடியும். என்மேல உங்களுக்கு நம்பிக்கையிருந்தா, நாங்க பாதுகாப்பா தங்குவதற்கு ஒரு இடம் மட்டும் பார்த்துக் கொடுத்தீங்கன்னா நன்றியோட இருப்பேன்.''

"இடம்னா வாடகைக்கு வீடு வேணுமா?''

வீடுன்னா ஆயிரம் கேள்வி கேப்பாங்க. தவிர இப்போதைக்கு எனக்கு வருமானத்திற்கு வழியேதுமில்லை. கைல கொஞ்சம் பணம் மட்டும்தான் இருக்கு. ஏதானம் ஒரு ஹோம்ல எங்களுக்கு தற்காலிகமா தங்க இடம் கொடுத்தாங்கன்னா கூட போதும். அங்க தங்குவதற்கு நான் பணமும் கொடுத்துவிடுகிறேன். சீக்கிரமே நா ஏதாவதொரு வேலை தேடிக்கொண்ட பிறகு அங்கிருந்து கிளம்பிவிடுகிறேன். அதுவரை உதவினால் போதும்.

ஹோம்ல சேரணும்னாலும் அவங்களும் உன்னைப்பத்தி கேட்பார்களே, என்ன சொல்லுவ?

அவள் அமைதியாக இருந்தாள்.

"கவலைப்படாதே, எனக்கு தெரிஞ்ச ஹோம் ஒண்ணு இருக்கு. அவங்க என்னை நம்பி உனக்கு தங்க இடமும், பாதுகாப்பும் தருவாங்க.''

"இல்ல சார். என்னால உங்களுக்கு எந்த தர்மசங்கடமும் வேண்டாம். அவர்கள் ஏதேனும் கேட்டால் நான் என்னைப்பற்றி சொல்கிறேன்.''

"சரி. என் பிள்ளையோட கார் வந்துடுச்சு. முதல்ல என் வீட்டுக்கு கூட்டிட்டு போறேன். முகம் கழுவி சூடா காப்பி குடிச்சுட்டு பாசங்களுக்கும் ஏதாவது சாப்பிடக் கொடு. ஒன்பது மணிக்கு நானே உன்னை அந்த ஹோம்க்கு கூட்டிட்டு போறேன். எங்க வீட்டுலேர்ந்து நடந்து போகும் தூரம்தான்.'' அவர் அவளது சூட்கேசை எடுத்துக்கொண்டார். காரை நோக்கி நடந்தார். பிள்ளைக்கு அவளை அறிமுகம் செய்து

வைத்தார். பிள்ளை வணக்கம் சொல்லியபடி கார் கதவைத் திறந்துவிட்டான்.

மழைக்காலம் என்பதால் காவேரியில் நல்ல நீரோட்டமிருந்தது. காவேரிப் பாலத்திலிருந்து தெரிந்த மலைக்கோட்டையையும், திருவரங்க கோபுரத்தையும் கண்டதும் நெஞ்சில் கரம் வைத்து பிரார்த்தித்தாள். எவ்வித திட்டமிடலுமின்றி நதியின் போக்கில் செல்லும் மலர்போல விதியின் போக்கில் நானும் உங்கள் காலடியைச் சேர்ந்திருக்கிறேன். இனி நீங்களே என் துணை. மனம் இறைமையிடம் பிரார்த்தித்தது.

அதேநேரம், தான் சரியான முடிவைத்தான் எடுத்திருக்கிறோமா என்ற குழப்பமும் ஒருபக்கம் இருக்கவே செய்தது. கையிலிருக்கும் ரொக்கம் எத்தனை நாள் உதவுமோ தெரியாது. வேலை கிடைக்குமா என்பதும் தெரியாது. கஷ்டங்களைக் கடந்து வாழ்வில் வென்று தலைநிமிர்ந்து நான் வாழ்வேனா? என்ற கேள்வியோடு அமர்ந்திருந்தாள் அவள். வழியேதும் புலப்படாத, இருளடர்ந்த ஒரு நீண்ட குகைப்பாதையில் இறங்கிய உணர்வு ஏற்பட்டது. கண்ணுக்கெட்டிய தூரம் வரை இருள்!

அத்தியாயம் 2

நகரின் இரைச்சலில் இருந்து சற்று தள்ளியிருந்த பகுதியில் நுழைந்தது கார். அந்தக்கால வீடென்றாலும் அழகான தனி வீடு. மதில் சுவருக்கு உள்ளே வீட்டைச் சுற்றி மரங்களும், செடிகளுமாக தோட்டம். வீட்டின் முன்புற உச்சியின் மையத்தில் கஜலக்ஷ்மி சிற்பத்திற்குக் கீழே 1961 என்று போட்டிருந்தது. வீடு கட்டிய ஆண்டாக இருக்கலாம். அழகான சிட் அவுட். அங்கேயே பிரம்பினாலான சோபா செட் போட்டிருந்தது. அதன் குஷன்கள் அரையடி உயரத்திற்கு இருந்தது. வீட்டின் பிரதான வாயிற்கதவு நல்ல தேக்கு மரத்தில் அழகான கஜலக்ஷ்மி சிற்பம் செதுக்கப்பட்டு கம்பீரமாக இருந்தது. அடிக்கடி வார்னிஷ் அடிப்பார்கள் போலும், புதுக்கருக்கு மாறாமலிருந்தது.

"இப்படி உக்காரும்மா" சிட்டவுட் சோபாவைக் காட்டிய பெரியவர் அன்றைய தினசரியை எடுத்து டீபாயில் வைத்துவிட்டு உள்ளே போனார். பல் தேய்த்து முகம் கழுவிக்கணும்னா உள்ள வாங்க என்றான் அவர் பிள்ளை. பையிலிருந்து பேஸ்ட்டும், பிரஷ்ஷும் எடுத்துக்கொண்ட மைதிலி குழந்தைகளை அழைத்துக்கொண்டு உட்புறம் சென்றாள். பெரிய கூடம் தாண்டி சமையலறையை ஒட்டி ஒரு குளியலறை இருந்தது. அங்கே குழந்தைகளுக்கு பல் தேய்த்து, தானும் தேய்த்து முகம் கழுவித் துடைத்துக்கொண்டு வந்தாள். சற்றுநேரத்தில் நுரை பொங்க முதல் டிக்காஷன் வாசத்தோடு காப்பியும்,

குழந்தைகளுக்கு பாலும் வந்தது. பெரியவர் குளித்துவிட்டு நெற்றி நிறைய திருநீற்றுப் பட்டை பூசி பளிச்சென்ற முகத்தில் புன்னகை தவழ வந்து அவளெதிரில் அமர்ந்தார்.

"அரைமணில இட்லி ரெடியாய்டும். பிரேக்ஃபாஸ்ட் முடிச்சுட்டு கிளம்புவோம்."

"எதுக்கு சார்? ஏற்கனவே உங்களை நிறைய கஷ்டப்படுத்திட்டேன்."

"குழந்தைங்க முகத்துல பசி தெரியுது. சாப்ட்டுட்டே போகலாம்."

"உங்களோட நேட்டிவ் திருச்சிதானா?"

"ஆமா பிறந்தது, வளர்ந்தது, படிச்சது, உத்யோகம் பார்த்தது எல்லாமே இங்கதான். எங்கப்பாக்கு நாங்க மூணு பிள்ளை, ரெண்டு பெண்கள். நான்தான் கடைக்குட்டி. மற்ற எல்லாரும், டெல்லி, பாம்பே, அமெரிக்கான்னு செளக்கியமா இருக்காங்க. எனக்கு திருச்சிய விட்டு நகர விருப்பமில்லை. அரங்கனையும், அகிலாவையும் தினம் தரிசிக்காவிட்டால் தூக்கம் வராது. சின்ன வயசுல, திருவானைக்காவில்தான் இருந்தோம். என் திருமணத்துக்குப் பிறகு அப்பாவோட வீடு, நிலம் எல்லாம் பாகப்பிரிவினையான பிறகு, நா இந்த வீட்டைக் கட்டினேன். அப்பா என்னோடதான் கடைசிவரை இருந்தார். எனக்கு ஒரு பெண், ஒரு பிள்ளை. பெண் துபாய்ல குடும்பத்தோட செளக்கியமா இருக்கா. உன் வயசுதான் இருக்கும் அவளுக்கும். பிள்ளை சி.ஏ முடிச்சுட்டு இங்கேயே நல்ல வேலைல இருக்கான். அவனுக்கு ஒரு நல்ல வரன் பார்த்து அவனையும் ஒருத்திட்ட ஒப்படைச்சுட்டா, நான் கேதார், பத்ரி, கைலாஷ்னு வருஷமொரு டூர் கிளம்பிடுவேன்."

"உங்க ஆசை நிறைவேறட்டும் சார். நல்ல மருமகள் கிடைப்பா."

"அப்பா டிபன் ரெடி" பிள்ளை குரல் கொடுக்க, வாம்மா என்றபடி அவர் எழுந்தார்.

மல்லிகைப்பூ மாதிரி இட்லியும், தேங்காய் சட்னியும் காலைப் பசிக்கு அத்தனை சுவையாயிருந்தது. உண்மையில் இரண்டு நாட்களாக மனப்புழுக்கத்தோடு இருந்ததால் சரியாக சாப்பிடக்கூட இல்லை. அதனால் நல்ல பசியிருந்தது. நாலைந்து இட்டிலி சுலபமாய் உள்ளே இறங்கிற்று. குழந்தைகளும் விரும்பி சாப்பிட்டார்கள்.

கிளம்புவதற்கு முன்பு அவர் யாருக்கோ போன் செய்து பேசினார். பிறகு அவளிடம் வந்தார். போலாமா? என்றபடி அவளது சூட்கேசை எடுத்துக்கொண்டார். மழை சற்று விட்டிருந்தாலும் மேகம் சூழ்வதைப் பார்த்தால் எப்போது வேண்டுமானாலும் மீண்டும் கொட்டும் போலிருந்தது. அவர் அவளிடம் ஒரு குடை கொடுத்துவிட்டு தானும் ஒரு குடையை விரித்து பிடித்துக்கொண்டு முன்னால் நடக்க, பின்னால் குழந்தைகளை அழைத்துக்கொண்டு அவள் நடந்தாள்.

வரலக்ஷ்மி சேவா நிலையம் என்ற பெயர்ப் பலகையோடு கூடிய அந்த இல்லம் அமைதியாக இருந்தது. மழையில் நனைந்த மரங்களும், செடிகளும், கொடிகளும் பசுமையாய் சிரிக்க, காம்பவுண்டு சுவரை ஒட்டியிருந்த தோட்டத்திற்குள் முதியவர்கள் சிலர் நடை பயின்று கொண்டிருக்க, சிறுவர் சிறுமியர் சிலர் மரக்கிளைகளில் கட்டியிருந்த ஊஞ்சலில் ஆடிக்கொண்டிருந்தனர்.

வாங்கய்யா என்றபடி அலுவலக அறையிலிருந்து வந்த பெண்மணிக்கு நடுத்தர வயதிருக்கும். காதோர நரை, முகத்திற்கு கம்பீரம் சேர்த்திருந்தது. அவர்களை அலுவலக அறையிலிருந்த நாற்காலிகளில் அமர வைத்தாள். சாமி படத்திற்கு முன்பு ஏற்றி வைக்கப்பட்டிருந்த அகர்பத்திகளின் நறுமணம் நாசியை இதமாய்த் தொட்டது. சுவரில் மாட்டப்பட்டிருந்த ஒரு தம்பதியின் படத்திலிருந்த பெரியவரின் முகம் பரிச்சயமுள்ளதாய்த் தெரிந்தது. அவள் அதையே சற்றுநேரம் உற்றுப்பார்த்தாள்.

"அது எங்கப்பா, அம்மாதான்" பெரியவர் சொன்னதும், திகைப்போடு அவரைத் திரும்பிப் பார்த்தாள். மீண்டும் படத்தைப் பார்த்தாள்.

"இந்த இல்லம்..."

"அப்பாவின் கடைசி ஆசை இது. இந்த இடம் அவரோடதுதான். அவர் விருப்பப்படி நாங்க எல்லோரும் சேர்ந்து இந்த இல்லத்தைக் கட்டி நல்லபடியாக நடத்திக் கொண்டிருக்கோம். என் பெயர் ஐம்புலிங்கம்."

மைதிலி அவரைப் பார்த்து கரம் கூப்பினாள். கடவுள்தான் அவர் பயணித்த அதே பேருந்தில் தன்னையும் ஏற்றி இங்கு கொண்டு சேர்த்திருப்பதாக நம்பினாள்.

"இவங்க திருமதி சாரதா. எங்கள் வேண்டுகோளை ஏற்று இந்த இல்லத்தின் நிர்வாகியாகப் பணியாற்றுபவர். இந்த இல்லத்தின் விதிப்படி அவங்க உன்னைப்பற்றி தெரிந்துகொள்ள சில கேள்விகள் கேட்பார். நான் வெளிய இருக்கேன். இங்கு நீ சொல்லும் விஷயங்கள் வேறு யாருக்கும் தெரியாமல் ரகசியம் காக்கப்படும். அதனால நீ இவரை நம்பி உன்னைப்பற்றி சொல்லலாம்" அவர் எழுந்தார்.

"ஐயா நீங்க எதுக்கு வெளிய போகணும்? நீங்க என் அப்பா மாதிரி. முன்பின் தெரியாத நிலையில்தான் முதல்ல உங்ககிட்ட எதுவும் சொல்ல தயங்கினேன், தப்பா எடுத்துக்காதீங்க."

"அதுல தப்பேயில்லைம்மா. ஒரு பெண் முன்பின் தெரியாதவரிடம் தன்னைப் பற்றிய விவரங்களைச் சொல்வது அத்தனை நல்லதல்ல என்பதுதான் என் கருத்தும்."

"உட்காருங்கய்யா" மைதிலி தன்னருகிலிருந்த சேரை பின்னுக்குத் தள்ளி அவர் அமர வழிசெய்தாள்.

மின்விசிறி சுழலும் சப்தம் மட்டுமே கேட்க, ஒரு சில வினாடிகள் மௌனமாய் அமர்ந்திருந்தாள். எங்கிருந்து ஆரம்பிக்க? வார்த்தைகளைத் தேடினாள்.

"என் பிறந்த வீடு மிடில் கிளாஸ் குடும்பம். அப்பா மாநில அரசாங்க அலுவலகத்தில் சம்பளம் மட்டுமே வாங்கும் நேர்மையான உயரதிகாரி. கீழ்நிலையிலிருந்து படிப்படியாக உயர்ந்தவர். அவரது சம்பளத்தில் அழகாகக் குடும்பம் நடத்திய அம்மா. அவங்களுக்கு பிறந்த நாங்க மூன்று பேரும் பெண்கள். நான்தான் கடைசி பெண். எங்க மூணு பேரையும் எங்க விருப்பப்படி படிக்க வைத்தார் அப்பா. பெரியக்கா வங்கிப் பணியாளர் தேர்வு எழுதி, தேசீயமயமாக்கப்பட்ட வங்கி ஒன்றில் பணியில் சேர்ந்து பதவி உயர்வுகள் பெற்று தற்போது கிளை மேலாளராக இருக்கிறாள். சின்னக்கா யுபிஎஸ்சி தேர்வெழுதி மத்திய அரசு அலுவலகம் ஒன்றில் அதிகாரியாக இருக்கிறாள். ரெண்டு அக்காக்களுக்கும் நல்ல முறையில் திருமணம் செய்து வைத்தார் அப்பா. கல்லூரிப் படிப்பு முடித்து நானும் வங்கி தேர்வும், யுபிஎஸ்சி தேர்வும் எழுத இருந்த நிலையில்தான் ஒரு பெரிய இடத்திலிருந்து என்னைப் பெண் கேட்டு ஒரு வரன் வந்தது. ஆனால் எனக்கு திருமணத்தில் விருப்பமில்லை. ஒரு வேலை கிடைத்த பிறகு திருமணம் செய்துகொள்கிறேன் என்று அப்பாவிடம் கெஞ்சினேன்." மைதிலி பெருமூச்சுவிட்டபடி கண்களை மூடிக்கொண்டாள்.

✳✳✳

அக்டோபர் 1984

அம்மாவும், அக்காக்களும் அவளைச் சூழ்ந்துகொண்டு அமர்ந்தார்கள்.

"இங்க பார் மைதிலி, உன் நல்லதுக்காகத்தான் சொல்றோம் புரிஞ்சுக்கோ நல்ல இடம்..."

"இருக்கட்டும்மா, என்னோட லட்சியம் ஒரு வங்கி வேலை. இன்னும் நாலு மாசத்துல எக்ஸாம். என் கவனம் முழுக்க

அதில்தான் இருக்கு. கண்டிப்பா எனக்கு வேலை கிடைக்கும்னு நினைக்கறேன். அது கிடைச்ச பிறகு நீங்க சொல்ற இதே வரனைக் கட்டிக்கறேன். அதுவரை அவர்களைக் காத்திருக்கச் சொல்லுங்க. நீங்களும் கொஞ்சம் பொறுமையா இருங்க.''

''இந்த வரனைக் கட்டிக்கிட்டா நீ வேலைக்கு போகவேண்டிய அவசியமேயில்லை மைதிலி. பெரிய பணக்காரங்க. ஐம்பது வருஷங்களுக்கு முன்பிருந்தே பல வெற்றிப் படங்களை எடுத்த, உச்ச நட்சத்திரங்கள் பலரை உருவாக்கிய பிரபல சினிமா கம்பெனி அதிபரோட பேரன்தான் இந்த வரன். ரெண்டு அண்ணன்களுக்கு கல்யாணமாகிடுச்சு. முதல் இரண்டு மருமகள்களும் பெரிய இடத்துலேர்ந்து வாக்கப்பட்டவங்க. ராணி மாதிரி வெச்சிருக்காங்க. இப்போ சினிமா எதுவும் எடுக்காட்டியும் சொத்து சுகத்துக்கு குறைச்சல் இல்ல. அவங்க அந்தஸ்துக்கு நம்மளை மாதிரி மிடில் கிளாஸ் வீட்டில் பெண் கேட்பதே பெரிய விஷயம். அப்பா மேல நல்ல அபிப்பிராயம் உள்ளவங்க என்பதால் நம் குடும்பத்தைப் பார்த்து பிடிச்சுப்போய் உன்னைக் கேக்கறாங்க. எந்த டிமாண்டும் இல்ல. இந்த மிடில் கிளாஸ் கஷ்டமெல்லாம் இல்லாம நீ அங்க செளக்கியமா இருக்கலாம்.''

''பணக்காரங்கன்னு சொல்றீங்க. விரும்பி வாராங்கன்னும் சொல்றீங்க. அதான் யோசிக்கறேன். பணம் பணத்தோட சேராம எதுக்கு இறங்கி வராங்க? அதுக்கு பின்னாடி என்ன காரணம்னு விசாரிச்சீங்களா? எதுக்கும்மா அவசரப்படணும்?'' மைதிலி தீர்மானமாக மறுத்தாள். அப்பா அம்மாவின் முகம் வாடிப்போயிற்று.

''அதெல்லாம் விசாரிக்காமயா இருப்போம்? அப்பா விசாரிச்சுட்டார். பையன் படிச்சிருக்கான். ஐந்து நட்சத்திர ஹோட்டல் ஒன்றில் உயரதிகாரியாக இருக்கான். சினிமாத்துறையில் பிரபலமான குடும்பத்தைச் சேர்ந்தவன் என்பதால் சினிமாத் துறையிலும் ஒரு ஆர்வம் இயல்பாக

இருப்பதால் வேலைநேரம் போக ஒரு பெரிய இயக்குனரிடம் உதவியாளராகவும் இருப்பதாகக் கூறியிருக்கிறார்கள்.'' அக்கா அவளை சம்மதிக்க வைக்கும் முயற்சியில் இறங்கினாள். ஆனால் மைதிலி பிடிகொடுக்கவில்லை.

அத்தியாயம் 3

அவளிடமிருந்து நல்ல பதில் வராமல் போனதால் நல்ல சம்பந்தம் கைநழுவி விடப்போகிறதே என்று அம்மா மிகவும் கவலைப்பட்டாள். "அவளுக்கு இளம் வயதுதானே? படித்து வேலை பார்க்கும் ஆசையில் நல்ல சம்பந்தத்தை வேண்டாம் என்கிறாள். அதுக்காக நாமும் சும்மா இருந்துட்டா எப்டி?" என்று தினம் புலம்ப, அப்பாவும், அக்காக்களும் விக்கிரமாதித்தன் கதைபோல் அவள் மனதை மாற்ற தொடர்ந்து முயற்சித்தார்கள்.

வெகுநாள் ஸ்திரமாக இருக்க முடியவில்லை மைதிலியால். தன் மீது அன்புகொண்ட அத்தனைபேரும் சொன்னபிறகு மறுத்துப்பேச இயலாத நிலையில் அவள் திருமணத்திற்கு சம்மதித்தாள். அனைவரது முகமும் மலர்ந்தது.

"ஆனா என் பரீட்சைகள் முடிந்து ஒரு மாதம் கழித்துதான் கல்யாணம் வெச்சுக்கணும். அந்த ஒரு மாதமாவது நான் பிறந்த வீட்டில் ஜாலியா இருக்கணும். நல்ல புக்ஸ் படிக்கணும், நல்லா சாப்பிட்டு நினைச்சப்போ தூங்கணும். ஃபிரண்ட்ஸ் கூட ஊர் சுத்தணும். சினிமா பார்க்கணும். சரியா?"

"அப்டியே ஆகட்டும்" என்றார் அப்பா.

பெரிய இடத்தில் வாக்கப்படப் போகிறாள் என்பதால், அவர்கள் எதுவும் கேட்காவிட்டாலும் அவர்களது கௌரவத்திற்குக் குறைவின்றி அப்பா மற்ற இருவருக்கும்

செய்ததைவிட அதிகமாகவே நகைநட்டும், சீர்வரிசைகளும் செய்தார். அக்காக்கள் ஆசை ஆசையாக தங்கள் பங்கிற்கு நகைகளும், அவளுக்குப் பிடித்தாற்போல் விலை உயர்ந்த புடவைகளும் வாங்கி பரிசளித்தார்கள்.

மார்ச் மாதம் கல்லூரி இறுதி தேர்வுகள் முடிந்த இரு மாதங்கள் கழித்து, இருபது வயதின் துவக்கத்தில், ஜூன் மாதத்திலேயே திருமணம் படு விமரிசையாக நடந்தது. திரைத்துறை பிரபலங்களும், பெரிய மனிதர்களும் வந்தவண்ணம் இருந்தார்கள். திரையில் மட்டுமே பார்த்து ரசித்த நட்சத்திரக் கூட்டத்தை நேரில் பார்த்ததும் மைதிலியே வியந்தாள். நடப்பது நம் திருமணம்தானா என்று பிரமித்தாள்.

ஆனந்தனும் சினிமா ஹீரோ போல கம்பீரமாக அழகாகத்தான் இருந்தான். திருமணம் வேண்டாம் என்று முதலில் முரண்டுபிடித்த அதே மனம் மெல்ல மாறி, ஆனந்தனை நேசிக்க ஆரம்பித்தது. அவளது எதிர்காலக் கனவுகள் விதம்விதமாக வர்ணம் பூசிக்கொண்டன.

பிறந்த வீட்டு உறவுகளைப் பிரியும் நேரம் வந்தது. அக்காக்கள் அவர்கள் திருமணம் முடிந்து அழுதுகொண்டே கிளம்பியது நினைவுக்கு வந்தது. அம்மாவின் மடியில் படுத்துக்கொண்டு அவளும் அழுதாள். அப்பாவின் தோளில் சாய்ந்து கண்கலங்கினாள். அப்பா அவள் தலை வருடியவாறு ஆறுதலாகப் பேசினார். "பிறந்த வீட்டைப் பிரிவதென்பது எல்லா பெண்களுக்கும் நிகழ்வதுதான். வேரோடு பிடுங்கி வேறிடத்தில் நடப்படும் மரம், மெல்ல வேர்பிடித்து துளிர்ப்பது போல, புகுந்த வீட்டின் சூழலில் பிடிமானம் ஏற்பட்டு இனி இதுவே நாம் தொடர்ந்து வளர வேண்டிய நிலம் என்று மனது ஏற்கும்வரை பிரிவின் சுமை அழுத்தும். அதற்குப்பிறகு பிறந்த வீட்டிற்கு வந்தால்கூட மனசு நிலைகொள்ளாது. காலில் கஞ்சியைக் கொட்டிக்கொண்டு கிளம்பும். என் அம்மாவுக்கும் இது நடந்தது. உன் அம்மாவும் இப்படித்தான். நாளை நீயும்

இதைப் புரிந்துகொள்வாய். நீ போகுமிடம்தான் இனி உன் வீடு என்றாகிவிடும். எங்கள் அன்பும், ஆதரவும் எப்போதும் உன்னோடிருக்கும் என்பதையும் மறந்துவிடாதே."

"போலாமா?" ஆனந்தன் உள்ளே எட்டிப் பார்த்து அழைக்க, அவள் எழுந்தாள். அப்பா அம்மாவை நமஸ்கரித்து விடை பெற்றாள். பூக்களால் அலங்கரிக்கப்பட்ட கார் தயாராக நின்றிருந்தது. அதில் அவர்கள் இருவரையும் ஏற்றிவிட்டு, பின்னால் நின்றிருந்த மற்ற கார்களில் மற்றவர்கள் ஏறிக்கொண்டார்கள். அப்பா, அம்மா, அக்காக்கள், மாமாக்கள் என அவளது உறவுகளும்கூட ஒரு காரில் ஏறுவது முன்புறக் கண்ணாடியில் தெரிந்தது. கார்களனைத்தும் அணிவகுத்து வரிசையாகக் கிளம்பின. ஆனந்தன் அவளது இடக்கரத்தை தன் வலக்கரத்தால் பற்றி, விரல்களோடு விரல்களைக் கோர்த்துக்கொண்டான். முதல் ஸ்பரிசத்தில் உடலில் ஒருவித சிலிர்ப்பு பரவியது.

✳✳✳

வீடு மாளிகை போலிருந்தது. கூட்டுக்குடும்பமாக இருந்தார்கள். சினிமாவில் பார்ப்பது போல, பெரிய ஹால், உயர்தர சோபா செட்டுகள், திரைச்சீலைகள், பெரிய மேஜைமீது தொலைக்காட்சி பெட்டி, அலங்கார மாடிப்படிகள், ஐம்பது பேர் அமர்ந்து சாப்பிடும் அளவுக்கு நவீனமான, சகல வசதிகளோடும் கூடிய பெரிய சமையலறை, ஒவ்வொரு படுக்கையறையுமே ஆயிரம் சதுர அடிக்கு மேலிருக்கும். அலங்காரக் கட்டில், உயர்தர தரை விரிப்புகள். தவிர ஒவ்வொரு அறையிலும் டி.வி, ஃப்ரிஜ், ஏசி என்று சகல வசதிகளோடும் இருக்க, மைதிலி ஒரு வினாடி பிரமித்தாள். இதெல்லாம் நிஜமா? அல்லது தான் ஏதேனும் கனவு கினவு காண்கிறோமா?

"எங்க வீடு பிடிச்சிருக்கா மைதிலி?" சட்டெனக் கலைந்து திரும்பினாள். கனவல்ல நிஜம்தான். கையில் பழச்சாறுடன்

ஆனந்தனின் பெரியண்ணி நின்றிருந்தாள். காதிலும், கழுத்திலும், கையிலும் வைரம் ஜொலித்தது. "இது நம்ம தோட்டத்து மாம்பழத்திலிருந்து எடுத்த சாறு" என்றபடி கிளாஸ் டம்ளரை நீட்டியவாறு, "புது இடம் முதல்ல பயமா இருக்கும். எங்களுக்கும் இப்படிதான் இருந்துச்சு. போகப்போக இந்த வீடு பிடிச்சுடும். ஃப்ரீயா இரு. இனி இதான் உன் வீடு." அண்ணி புன்னகையோடு சொல்லிவிட்டு அவளையே பார்த்தாள்.

"ஜூஸ் ரொம்ப நல்லாரக்கு தாங்க்ஸ் அண்ணி."

"நமக்குள்ள எதுக்கு தாங்க்ஸ் எல்லாம்? நான் கல்யாணமாகி இங்க வரும்போது ஆனந்தன் பத்தாம் வகுப்பு படிச்சுட்டிருந்தான். அம்மா இல்லாத பிள்ளைக்கு நான்தான் அம்மா மாதிரி. வீட்டுக்கு கடைசி பிள்ளை என்பதால் எல்லாருக்குமே அவன் ரொம்பவும் செல்லம். அதனால கொஞ்சம் பிடிவாதம் அதிகம். அவன் இஷ்டத்துக்குதான் எல்லாம் செய்வான். இவங்க தாத்தா காலத்துல ஊர் உலகமே வியப்பது மாதிரி சினிமா உலகத்துல தலைநிமிர்ந்து பேரும் புகழுமா வாழ்ந்த குடும்பம். எம்.ஜி.ஆர், சிவாஜி, ஜெமினி கணேசன்னு எத்தனையோ பிரபலங்களை வெச்சு பாக்ஸ் ஆபீஸ் ஹிட் படங்களை எடுத்து தள்ளினவங்க. தமிழ் மட்டுமல்லாது ஹிந்தி படங்களும் ஏகப்பட்டது எடுத்திருக்காங்க. உனக்கு பொழுது போகலைன்னா இரண்டாவது மாடியில் ஒரு பெரிய ஆவண அறை இருக்கும். அங்க நம்ம சினிமா கம்பெனி எடுத்த படங்களோட விவரம், சினிமா ஆல்பங்கள், பழைய சினிமாக்களோட வீடியோ கேசட், அதைப் போட்டுப் பார்க்க டெக் என்று ஏகப்பட்டது இருக்கும். விரும்பியதைப் போட்டு பார்க்கலாம். சாவித்திரி, பத்மினி, வைஜயந்திமாலான்னு எல்லாரது அழகழகான திரைப்பட ஸ்டில்களும் இருக்கும். ஆனா சினிமால்லாம் எடுப்பதை நிறுத்தியே பதினஞ்சு இருபது வருஷமாச்சு. பிள்ளைகள் எல்லாரும் படிச்சு சொந்தமா தொழில் செய்து நல்லாவே சம்பாதிக்கறாங்க. ஆனா ஆனந்தனுக்கு மட்டும் பரம்பரை ரத்தம் ஓடுது போல! அவன் மனசு

சினிமாவை சுத்தியே வருது. தன் தாத்தா காலத்தைப் போல மறுபடியும் வெற்றிப்படங்களா எடுத்து குடும்பத்தோட பேரை மறுபடியும் வெளிச்சத்திற்குக் கொண்டு வரணும்னு ஒரு ஆசை. நாங்க அவனிடம், காலம் மாறிடுச்சு, முந்தி மாதிரியில்ல. இப்போ திரைத்துறை, சினிமா எல்லாம் வேணாம்னு சொல்கிறோம். கேட்டாத்தானே? இந்த ரெண்டு வருஷத்துல சினிமா எடுக்கப்போறேன்னு, அப்பாவை நச்சரிச்சு ஊரிலிருந்த ஒரு பண்ணை வீட்டை அடமானம் வெச்சு பேங்க்கில் ஐம்பது லட்சம் ரூபாய் கடன் வாங்கியிருக்கான். அது பத்துமா? மேற்கொண்டு பணத்துக்கு என்ன செய்வான்? கல்யாணம் பண்ணி வெச்சுட்டா உலகம் புரியும்னுதான் உடனடியா வரன் தேடினோம். பொறுப்பான மிடில் கிளாஸ் பெண் என்று உன்னைப் பற்றி கேள்விப்பட்டதும் எல்லோர்க்கும் பிடிச்சுபோச்சு. என்னமோ மைதிலி, நீதான் அவனை நல்ல வழிக்கு கொண்டு வரணும். கடனா வாங்கிய பணத்தை அவன் கண்டமேனிக்கு செலவழிக்காம பாத்துக்க. சினிமா ஆசைலேர்ந்து அவன் மனசை மாத்தி, அந்த பணத்தை வெச்சு வேற ஏதானம் நல்ல தொழில் துவங்கி அவன் முன்னுக்கு வர நீதான் ஏதாவது செய்யணும்.''

அண்ணி எழுந்தாள்.

✳ ✳ ✳

மதிய விருந்து அமர்க்களமாக இருந்தது. ஒரே நேரத்தில் இருபத்தி ஐந்து பேர் அமர்ந்து சாப்பிடும் அளவுக்கு நீளமான டைனிங் டேபிள். இவள் வீட்டினரை முதலில் அமரவைத்து, மீதமிருந்த இருக்கைகளில் மாமனார், மைத்துனர்களோடு ஆனந்தனும் அமர்ந்துகொள்ள பணியாளர்களின் உதவியோடு அண்ணிகள் மூவரும் பரிமாறினார்கள். மைதிலியின் குடும்பத்தினரை அனைவரும் அன்போடும், மரியாதையுடனும் கவனித்தனர். சாப்பாட்டுக்குப் பின் வெற்றிலை மென்றபடி அனைவரும் கலகலப்பாகப் பேசிக்கொண்டிருந்தனர்.

முதலிரவுக்கு முன்பு நடத்தப்பட வேண்டிய சில வைதீக சடங்குகள் நடத்தி முடிக்கப்பட்டதும், பெரியவர்கள் அனைவரையும் நமஸ்கரித்து ஆசி பெற்றனர் இருவரும்.

"இந்த வீட்டு பழக்கவழக்கங்கள் எல்லாவற்றையும் கற்றுக்கொள். பார்த்து நல்லபடியா நடந்துக்கோ மைதிலி. எல்லாரிடமும் நீ வாங்கப்போற நற்பெயர் உனக்கு மட்டுமல்ல எங்களுக்கும்தான்." அம்மா அவளுக்கு முத்தத்தோடு அறிவுரையும் சொல்லிவிட்டு கிளம்பினாள்.

அனைவரும் வாசல்வரை வந்து அவர்களை வழியனுப்பினார்கள். அவர்கள் சென்றதும் தனித்து விடப்பட்டாற்போல் ஒரு உணர்வு.

மூன்று அண்ணிகளும் அவளை அழகாக அலங்கரித்தார்கள். பெரியண்ணி ஒரு நகைப்பெட்டியைத் திறந்தாள்.

"இது நம்ம புகுந்த வீட்டின் பூர்வீக நகை மைதிலி. எல்லா மருமகள்களுக்கும் சமமாகப் பிரிச்சு வெச்சிருக்காங்க. இது உனக்கானது. நூற்றி ஐம்பது சவரன் இருக்கும். இது மொத்தத்தையும் உனக்கு போட்டுவிட்டு உன்னை அழகுபடுத்தணும்னு ஆசையிருந்தாலும், இதுலேர்ந்து ஒருசில நகைதான் உனக்கு போடப்போறோம். மிச்சத்தை உன்னிடமே கொடுக்கிறோம். உனக்குன்னு நம்ம மாமனார் ஒரு லாக்கர் ஓப்பன் பண்ணி குடுத்திருக்கார். இது அதோட சாவி. நாளைக்கோ, நாளை மறுநாளோ நகைகளை கொண்டுபோய் லாக்கர்ல வெச்சுட்டு சாவியை பத்திரமா வெச்சுக்க. அப்பறம் இன்னொரு விஷயம், இந்த நகைகளை உனக்கு கொடுத்திருக்கும் விஷயம் இப்போதைக்கு ஆனந்தனுக்குத் தெரியவேண்டாம். சினிமா எடுப்பதற்கான செலவுகளுக்குத் தேவைன்னு கேட்டு வாங்கிக்க வாய்ப்பிருக்கு. இதெல்லாம் விலை உயர்ந்த பூர்வீக நகைகள். அடமானம் அது இதுன்னு போய்டக்கூடாதுன்னுதான் சொல்றேன். பாத்து சாமர்த்தியமா இருந்துக்க. அவனையும் நல்ல வழிக்கு கொண்டு வா, சரியா?"

பெரியண்ணி நகைப் பெட்டியையும், லாக்கர் சாவியையும் அவளிடம் ஒப்படைத்தாள். ஏனோ தெரியவில்லை. இனம்புரியாத கவலை சூழ்ந்தது. அடிவயிற்றில் பெரும் பாரமொன்று அழுத்துவதைப் போல உணர்ந்தாள் மைதிலி.

அத்தியாயம் 4

"வெள்ளி சொம்புல பால் வெச்சிருக்கு. குங்குமப்பூ எல்லாம் போட்டு காய்ச்சினது. வீணடிக்காம ரெண்டு பேரும் குடிச்சுடுங்க. மாற்றுப் புடவை, ரவிக்கை எல்லாம் அலமாரியில் இருக்கு. ஹாப்பி ஃபஸ்ட் நைட்." சின்ன அண்ணி புன்னகையோடு அவளை அனுப்பி வைத்தாள்.

அவள் அறைக்குள் போன அரைமணிநேரம் கழித்துதான் ஆனந்தன் வந்தான். "சாரி மைதிலி, ஒரு கதை டிஸ்கஷனில் இருந்தேன்" என்றபடி வந்தவன் அறைக்கதவைத் தாளிட்டுவிட்டு அவளருகில் வந்தான்.

முதலிரவில் என்ன சம்பிராதாயம் நடக்கும்னு எனக்குத் தெரியும். எத்தனை சினிமா பார்த்திருப்பேன். ஒரு மாறுதலுக்கு நான் உனக்கு பால் எடுத்துத் தரேன் என்றபடி டீபாய் மீதிருந்த வெள்ளி தம்ளரில் பாலை ஊற்றி அவளிடம் கொடுத்தவாறு புன்னகைத்தான். அவள் வெட்கத்தோடு வாங்கிக் கொண்டாள்.

உட்கார் என்றவன், தானும் கொஞ்சம் பால் எடுத்து குடித்தான். "உண்மையைச் சொல்லணும்னா இப்போ கல்யாணம் செய்துக்க எனக்கு விருப்பமே இல்லை. தாத்தா பேரைக் காப்பாற்றுகிறாற்போல் ஒரு வெற்றிப்படமாவது எடுத்து திரையுலகில் காலை அழுத்தமாக ஊன்றிய பிறகுதான் கல்யாணம்னு பிடிவாதமா இருந்தேன். ஆனா யார் கேக்கறாங்க? சொந்தக்காரங்க யாரோ உன் போட்டோவும்,

ஜாதகமும் கொடுத்திருக்காங்க. ஜாதகம் பொருந்தியிருந்துச்சு. உன் போட்டோ பார்த்ததும் எனக்கும் பிடிச்சிருந்தது. ஓகேன்னு சொல்லிட்டேன்.''

"உங்க அந்தஸ்துக்கு நல்ல கோடீஸ்வர வரன்களே கிடைக்குமே. எப்டி என்னை மாதிரி ஒரு மிடில் கிளாஸ் பெண்ணிற்கு ஓகே சொன்னீர்கள்?''

"ஏன்னா, கடவுள் எனக்கு நீ உனக்கு நான்னு எழுதி வெச்சிருக்கான். அதான் ஓகே சொன்னேன்'' அவன் சிரித்தான். பிறகு, "உண்மையைச் சொல்லணும்னா நீ மிடில் கிளாஸ் பெண் என்பதே இப்போ நீ சொல்லித்தான் தெரியும். எங்கிட்ட இதுபத்தி யாரும் சொல்லலை.''

அவள் திகைப்போடு அவனைப் பார்த்தாள்.

"அவங்க சொல்லலை என்றாலும், எங்கள் குடும்பத்தைப் பற்றி நீங்களும் எதுவும் கேட்டுத் தெரிஞ்சுக்கலையா? அல்லது அந்தஸ்து தேவையில்லை என்று நினைத்தீர்களா?''

"ஒருவேளை என்னிடம் அவர்கள், நீ ஒரு மிடில் கிளாஸ் பெண் என்பதைச் சொல்லியிருந்தால், நிச்சயம் வேண்டாம் என்றிருப்பேன். அண்ணன்களுக்கெல்லாம் வசதியான பெண்களைக் கல்யாணம் செய்து வைத்திருக்கும்போது எனக்கு மட்டும் எதுக்கு மிடில் கிளாஸ் பெண் என்று கேட்டிருப்பேன். ஆனா அவங்க எதுவுமே சொல்லலை. போட்டோ மட்டுமே காட்டினாங்க. பிடிச்சுருந்தது. சரின்னு சொல்லிட்டேன்.''

அவனது பளிச்சென்ற பதிலில் அவள் அயர்ந்துபோனாள். "இது உங்களுக்கு ஏமாற்றமா இல்லையா?''

"கல்யாணம் முடிந்துவிட்டது. நாம் முதலிரவு அறையில் இருக்கோம். இப்போ போய் அந்தஸ்து கிந்தஸ்துன்னு நேரத்தை வீணடிக்குமளவுக்கு நான் முட்டாள் இல்லை. எனக்கு எந்தவிதமான ஏமாற்றமும் இல்லை. இன்னும் ரெண்டே வருஷத்தில் எனக்குன்னு ஒரு அந்தஸ்து தேடிக்குவேன்.

திரையுலகமே என் வீட்டு வாசலில் வந்து காத்திருக்கும் நாள் வெகு தொலைவில் இல்லை." ஆனந்தன் விளக்கை அணைத்துவிட்டு அவளை நெருங்கினான்.

✳✳✳

நவம்பர் 1990

டேபிளின் மீதிருந்த தொலைபேசி அடித்தது. நிர்வாகி சாரதா எடுத்துப் பேசினாள்.

"ஐயா கலெக்டர் ஆபீஸில் பதினொரு மணிக்கு கிரான்ட்ஸ் மீட்டிங் இருக்குன்னு நினைவுபடுத்தறாங்க. இந்தப் பெண்ணை நான் இங்க தங்க வைத்துக் கொள்கிறேன். நீங்க கவலைப்படாமல் கிளம்புங்கள்."

பெரியவர் எழுந்தார். "சரிம்மா, நீ விரும்பும்வரை நீ இங்க பாதுகாப்பா இருக்கலாம். நடுவில் நேரம் கிடைத்தால் என் வீட்டிற்கும் வரலாம்."

அவர் கிளம்பிச்சென்றார்.

சாரதாவின் உதவியாளர் பெண் ஒருத்தி மைதிலியையும், குழந்தைகளையும் இல்லத்திற்கு உள்ளே அழைத்துச்சென்றாள்.

நீண்ட ஹாலில் இருபுறமும் வரிசையாகக் கட்டில்கள். அவற்றில் படுத்திருந்த முதியவர்கள். அதை ஒட்டி மற்றொரு ஹாலில் தையல் இயந்திரங்களில் தைத்துக்கொண்டிருந்த நடுத்தர வயது பெண்கள். ஒரு அறையில் குழந்தைகள் சிலர் உறங்கிக் கொண்டிருந்தனர்.

அடுத்தாற்போல் ஒரு அறை, சற்று வசதியான பெரிய அறை. "இது சாரதாம்மா அறைதான். இப்போதைக்கு உங்களை இங்க இருக்கச் சொன்னாங்க. அவங்க மீட்டிங் முடிஞ்சதும் வந்து உங்களுக்கு வேற இடம் தருவதா சொன்னாங்க" என்றபடி அவளது சூட்கேசை உள்ளே வைத்தாள்.

"அவங்க வரும்வரை ஓய்வெடுங்க. இன்னும் முக்கால் மணியில் சாப்பாட்டு மணி அடிச்சதும், பின்பக்கம் இருக்கும் உணவுக்கூடத்திற்கு வந்துடுங்க. சரியா?'' அந்தப் பெண் வெளியேறினாள்.

குழந்தைகள் இருவரையும் கட்டிலில் படுக்க வைத்துவிட்டு, அவள் தரையில் படுத்து, இடக்கை மடக்கி அதில் தலை வைத்துக்கொண்டு கண் மூடினாள். தூக்கம் வரவில்லை. மனசு ஆனந்தனை நோக்கிச் சென்றது.

எந்தவொரு போதையுமே மனிதனை எளிதில் விடாது. விழுங்கத்தான் பார்க்கும். ஆனந்தனுக்கு இருந்தது சினிமா போதை. அவனுக்குள் சிறு பொறியாக இருந்ததை ஊதி ஊதி எரியவிடுவதற்கு அவனைச்சுற்றி நிறைய பேர் இருந்தார்கள்.

அந்தக்காலத்தில் பல வெற்றிப்படங்கள் எடுத்த பிரபலமான சினிமா குடும்பத்தைச் சேர்ந்தவன் என்பதால், இத்தகைய ஆர்வம் இருப்பது இயல்புதான். இன்றைய சூழலும் யதார்த்தமும் அவனுக்குப் புரிந்துவிட்டால், இந்த போதை நீங்கிவிடுமென்று நினைத்தாள் அவள். பழைய திரைப்படங்களின் முதலிரவுப் பாடல்களைப் பாடி முதலிரவில் அவளை மகிழ்வித்தான் அவன்.

"நல்லா பாடறீங்களே. குரல் ரொம்ப நல்லார்க்கு. சங்கீதம் கற்றுக் கொண்டீர்களாா?''

"ஆமா. ஒரு குட்டி கச்சேரி பண்ணுகிற அளவுக்கு கர்நாடக சங்கீதம் தெரியும்.''

"உங்க குரலுக்கு நீங்க சினிமாவில் பின்னணி பாடகரா ஆகியிருக்கலாமே?''

"ஏழெட்டு பாட்டுகள் பாடியிருக்கேன். எனக்கு கர்நாட்டிக் பேஸில் அமைந்த மெலடி பாடல்கள்தான் பிடிக்கும். ஆனால் ஏனோ எல்லாம் டப்பாங்குத்து பாடல்களாவே வந்தது. எனக்குப் பிடிக்கலை. தவிர நா ஆசைப்பட்டது நல்ல படங்கள் தயாரிக்கத்தான்.''

"நா ஒண்ணு சொன்னா கேப்பிங்களா?"

"என்ன?"

"அந்தக் காலத்துப் பாடல்கள் மாதிரி இப்போ சினிமாவில் பாடல் காட்சிகள் வைப்பதில்லை. அதேபோல இன்னிக்கு சினிமா படங்கள் எடுப்பதும் அவ்வளவு சுலபமில்லை. உங்க தாத்தா காலத்தில் குறைந்த செலவு நிறைந்த லாபம்னு நல்ல படங்கள் எடுத்தார். ஆனா இப்போ ஹீரோவோட சம்பளமே பல லட்சங்கள். கதையிருக்கோ, இல்லையோ வெளிநாட்டில் படப்பிடிப்பு நடத்தணும், நிறைய சண்டைக் காட்சிகள், கார்கள் பறக்கணும், விமானத்திலிருந்து குதிக்கணும், லாஜிக்லாம் பார்க்கக்கூடாது. யதார்த்தம்னா என்னன்னு கேக்கணும். உங்களுக்குப் பிடிச்ச மாதிரியெல்லாம் படம் எடுக்க விடமாட்டாங்க. இன்றைய சூழலில் வெற்றிக்கான ஃபார்முலாவும் மாறியாச்சு. நமக்கெதுக்கு அதெல்லாம்? இருப்பதை வெச்சு நாம அமைதியா சந்தோஷமா இருப்போமே."

"பரவால்லயே சினிமாவோட டிரெண்ட் மாறியிருப்பதைப் பற்றியெல்லாம் அழகா பேசறயே. சினிமா என்றில்லை. எந்த ஒரு துறையிலுமே மாற்றங்கள் வந்து கொண்டுதானிருக்கும். வெற்றி வேணும்னா மாற்றங்களை ஏற்றுக்கொண்டாகணும். நீ வேணா பாரு. காலத்திற்கேற்றார் போல ஒரு நல்ல படமெடுத்து சூப்பர் டூப்பர் ஹிட் ஆக்குவேன். கூடிய சீக்கிரமே என் வெற்றியை நீயும் கொண்டாடுவ. ஆனந்தனின் மனைவி என்று சொல்லிக்கொண்டு பந்தாவாகச் சுற்றி வருவாய்."

மைதிலி புன்னகைத்தாள். அந்த புன்னகைக்குப் பின்னே கவலையுமிருந்தது.

"நீங்க வெற்றி பெற்றால் என்னைவிட யார் அதிகமா சந்தோஷப்படப் போகிறார்கள்? ஆனா இதுக்கெல்லாம் நிறைய பணம் வேணுமே? இன்று செலவு லட்சங்களில் ஆகிறதென்றால், நாளை அவை கோடிகளாகும். எப்படி சமாளிப்பீர்கள்?"

"முதல் படம் சின்ன பட்ஜெட்லதான் இருக்கும். ஜஸ்ட் எழுபது, எண்பது லட்சங்களில் முடிக்க திட்டம். ஊரிலிருக்கும் வீடு நிலங்களை அடமானம் வைத்து ஐம்பது லட்சம் ரூபாய் வங்கியில் கடன் வாங்கியிருக்கேன். அடுத்தவாரம் படத்துக்கு பூஜை போட்டு ஷூட்டிங் ஆரம்பிச்சுருவேன்."

"மிச்ச பணத்திற்கு என்ன பண்ணுவீர்கள்?"

"பார்க்கணும். அண்ணன்கள் மூணு பேரும் கையை விரிச்சுட்டாங்க. அப்பாவாலதான் இந்த வங்கிக்கடன் கிடைத்தது. அதனால் இதுக்குமேல அவரிடம் உதவி கேட்க முடியாது. வேற ஏதாச்சும் வழியிருக்கான்னு பார்க்கணும்." பேசிக்கொண்டே இருந்தவன் முகத்தில் திடீர் பிரகாசம் பரவ அவளையே பார்த்தான்.

✳ ✳ ✳

சாப்பாட்டு மணியடிக்கும் ஓசை கேட்டதும், சட்டென எழுந்தாள். அசந்து உறங்கிக்கொண்டிருந்த குழந்தைகளை எழுப்பக்கூட மனசு வரவில்லை. அவர்களுக்கு கொஞ்சம் ரசம் சாதமும், பொரியலும் போதும். அவள் சாப்பிட்டுவிட்டு அவர்களுக்கு ஒரு தட்டில் பிசைந்து எடுத்து வரலாமா என்று யோசித்தாள். அப்படி எடுத்துவர அவர்கள் அனுமதிப்பார்களா தெரியவில்லை.

யோசித்தவாறே உணவுக்கூடத்திற்குச் சென்றாள். மிகப்பெரிய கூடம். அதனை ஒட்டியே பெரிய சமையலறையும் இருந்தது. நான்கைந்து வரிசையில் கடப்பா கல் பொருத்திய சாப்பிடும் மேடையும், சிமெண்ட் ஸ்லாப்கள் பொருத்திய உட்காருமிடங்களும் அமைக்கப்பட்டிருந்தன. குழந்தைகளும், மத்திய வயதினரும், முதியவர்களும் தங்கள் தட்டு தம்ளர்களோடு அமர்ந்திருக்க பணியாள் ஒருவர் ஒவ்வொரு தம்ளரிலும் குடிக்க தண்ணீர் ஊற்றிக்கொண்டிருந்தார். சாரதாம்மா வந்திருந்தாள். மைதிலியைப் பார்த்ததும் புன்னகையோடு தலையசைத்து அவளையும் அமரச்சொன்னாள்.

"குழந்தைகள் எங்கே?"

தூங்கறாங்க என்றவள் தயங்கியவாறு, "நான் தட்டு எதுவும்..."

"தெரியும், நாளைக்கு தட்டு வந்துரும். இன்னிக்கு இலை போடச்சொல்றேன்."

"குழந்தைகளுக்குக் கொஞ்சம் ரசம் சாதமும், பொரியலும் போதும். எழுந்த உடனே கொடுத்துடறேன்."

"ஒரு பாத்திரத்தில் எடுத்து வைக்கச் சொல்றேன்."

அவள் சாப்பிட அமர்ந்தாள். கதம்ப சாம்பார், கேரட் கோஸ் பொரியல், ரசம், மோர் ஊறுகாய் என்று எளிய உணவானாலும் மிகவும் சுவையாக இருந்தது. இன்னும் கொஞ்சம் வைக்கவா என்று கேட்டுக் கேட்டு பரிமாறினார்கள். உண்மையில் நன்றாக சாப்பிட்டு நான்கைந்து நாட்களாகியிருந்தது. வீட்டைவிட்டுக் கிளம்ப வேண்டுமென்று எப்போது முடிவெடுத்தாளோ அந்த நிமிடத்திலிருந்தே ஏதோவொரு பயமும், படபடப்பும் ஏற்பட, சாப்பிடக்கூடத் தோன்றவில்லை. எப்போது? எப்படி...? எங்கு செல்வது? இந்த சிந்தனையே மனதில் நிறைந்திருந்ததால் வயிற்றில் பசி உணர்வு ஏற்பட மறுத்தது. சோற்றைப் பிசைந்து வீணாக்கினாள். திட்டமிடுதலிலேயே புத்தி சென்றது. புருஷனை உதறித் தள்ளிவிட்டு இரண்டு குழந்தைகளோடு வாழ்க்கையை தனித்து எதிர்கொள்வதென்பது அத்தனை எளிதல்ல என்று தெரிந்ததான் அவள் அம்முடிவை எடுத்திருந்தாள். கையில் வேலை எதுவுமில்லை. எழுதியிருந்த வங்கித் தேர்வின் முடிவு எப்போது வருமோ தெரியாது. அப்படியே வந்தாலும் அவள் தேர்ச்சி பெறுவாளா, வேலை கிடைக்குமா என்று நிச்சயமாகத் தெரியாது. அவள் நன்றாகவே எழுதியிருந்தாலும், எல்லாவற்றிற்கும் கொஞ்சம் அதிர்ஷ்டமும் வேண்டும். அவளுக்கு அது இருக்கிறதா என்று தெரியவில்லை. பார்ப்போம், வாழ நினைத்தால் ஆயிரம் வாசல் திறக்கும் என்று அப்பா அடிக்கடி சொல்லும் வார்த்தையை வேதமாக எண்ணி

ஒரு முடிவெடுத்துதான் கிளம்பினாள். இதோ பாதுகாப்பான ஒரு பெரியவரிடம் ஆண்டவன் அவளை சேர்த்திருக்கிறான். இதனால் ஏற்பட்ட மன நிம்மதியில் பசியுணர்வு மேலெழும்ப, நான்கைந்து நாட்கள் கழித்து நன்றாக சாப்பிட்டாள்.

தங்குவதற்கு இடம் கிடைத்துவிட்டது. இனி அடுத்து என்ன செய்வதென்று யோசிக்க வேண்டும்.

அத்தியாயம் 5

குழந்தைகளுக்கு ஒரு பாத்திரத்தில் ரசம் சாதமும், பொரியலும் கொண்டு வந்து அவர்களை மெல்ல எழுப்பி ஊட்டிவிட்டாள்.

"எப்போ நம்ம வீட்டுக்குப் போவோம்?" மாயா குட்டி கேட்டது.

"இனி இதுதான் நம்ம ஊர். கொஞ்சநாள் இதான் நம்ம வீடு. இங்க உனக்கு நிறைய ஃபிரண்ட்ஸ் இருக்காங்க. அவங்களோட விளையாடிக்கிட்டு ஜாலியா இரு. உன்னை புது ஸ்கூலில் சேர்க்கப்போறேன். ஸ்கூல்லயும் உனக்கு நிறைய ஃபிரண்ட்ஸ் கிடைப்பாங்க. அம்மாக்கு ஒரு வேலை கிடைச்சதும் நாம வேற வீட்டுக்கு போகலாம் சரியா?"

"என்ன சொல்றா குழந்தை? புது இடம் பிடிக்கலையாமா?" பின்னால் சாரதாம்மாவின் குரல் கேட்க, மைதிலி சட்டென எழுந்தாள்.

"அப்டியெல்லாம் இல்லை."

"குழந்தைதானே. புது இடம் பழக கொஞ்ச நாளாகும்."

"உங்க அறையில் நாங்கள் இருப்பது உங்களுக்குத் தொந்தரவா இருக்கும். நா வேணா ஹாலில் ஒரு ஓரமா இருந்துக்கறேன்."

"உங்களுக்கான படுக்கை வசதி இன்னும் கொஞ்ச நேரத்துல ரெடியாய்டும். அப்பறம் போகலாம். உட்காருங்க மைதிலி" என்றாள்.

"மாயாக்குட்டி வெளில அக்கா அண்ணா எல்லாரும் விளையாடறாங்க, நீயும் போய் விளையாடு செல்லம்" என்று கொஞ்சியபடி மாயாவை வெளியில் அனுப்பிவிட்டு சாரதாம்மாவின் எதிரில் அமர்ந்தாள் மைதிலி. பிள்ளை ரிஷி அவள் மடியில் அமர்ந்து கொண்டான்.

"காலம்பற பாதியில் போக வேண்டியதாய்டுச்சு. முழுசும் சொல்ல விருப்பம்னா சொல்லலாம். முழுவதும் தெரிந்தால்தான் மேற்கொண்டு உங்களுக்கு ஏதாவது உதவி தேவைப்பட்டா செய்ய உதவியார்க்கும்."

"சொல்றேன் மேடம். அதுக்கு முன்னால எனக்கு மற்றொரு உதவி தேவைப்படுகிறது."

"சொல்லுங்க."

"நான் வீட்டை விட்டு வரும்போது கொஞ்சம் பணமும், நகைகளும் கொண்டு வந்தேன். அவற்றை பத்திரப்படுத்த ஏதேனும் ஒரு வங்கியில் ஒரு கணக்கு ஆரம்பித்து, லாக்கரும் வாங்கித்தரணும்."

"அது ஒன்றும் கஷ்டமில்லை. நாளைக்கு பேங்க் மேனேஜருக்கு நான் போன் பண்றேன். நீங்க போய் வேலையை முடித்துக் கொள்ளலாம். இரண்டு சின்னஞ்சிறு குழந்தைகளோட வீட்டைவிட்டு கிளம்பும் அளவுக்கு என்ன நடந்தது மைதிலி?"

"பல நாட்கள் தூக்கமின்றி யோசிச்சுதான் வீட்டைவிட்டு கிளம்ப முடிவெடுத்தேன். இது சரியா தப்பா? எங்க போகப்போறோம்? யாரைத் தெரியும்? பிழைப்புக்கு என்ன செய்யப்போறோம்? தனியா இரண்டு குழந்தைகளை வளர்க்க முடியுமா? இப்டி ஏராளமான கேள்விகள் என்னை குழப்பத்தில் ஆழ்த்தினாலும், எல்லாத்தையும் புறம் தள்ளிட்டுதான் இந்த முடிவெடுத்தேன். ஆனா கடவுள் என்னைக் கைவிடல. ஒரு பாதுகாப்பான இடத்தில் என்னைக் கொண்டு சேர்த்திருக்கான்." ஒரு பெருமூச்சுடன் நிறுத்தினாள் மைதிலி.

✱✱✱

மார்ச் 1986

"**வாழ்த்துக்கள் மைதிலி**" டாக்டர் சுகந்தி கையுறையைக் கழற்றியவாறு சொல்லிவிட்டு புன்னகைத்தாள். மைதிலி தன் அடிவயிற்றை தடவிக் கொடுத்தாள். தாய்மையின் சிலிர்ப்பு உடல் முழுவதும் பரவியது. புடவையை சரிசெய்து கொண்டு வெளியில் வந்தாள். டாக்டர் இருக்கைக்கு எதிரில் அமர்ந்திருந்த அண்ணி சந்தோஷமாகச் சிரித்தாள். தன்னருகில் அமர்ந்த மைதிலியை அணைத்து அவள் கன்னத்தில் முத்தமிட்டாள். மருத்துவர் சொன்ன அறிவுரைகளைக் கேட்டுக்கொண்டு விடைபெற்று எழுந்தார்கள்.

"ஆனந்துக்கு போன் பண்ணிச் சொல்லவா?"

"அவர் டிஸ்கஷன்ல இருப்பார் அண்ணி. இப்போ வேணாம். வந்தப்பறம் சொல்லிக்கலாம்."

"ஒரு குழந்தை பிறந்துட்டா, அதுவும் தேவதை மாதிரி ஒரு பெண் குழந்தை பிறந்துட்டா அவனுக்கு பொறுப்பு வந்துடும். சினிமாவில் காசை வாரியிறைச்சு நஷ்டப்படணுமான்னு யோசிப்பான். பெண்ணோட படிப்பு, வளர்ச்சி, கல்யாணம் பத்தி மட்டுமே யோசிச்சு பணத்தை சேமிப்பான்" அண்ணி சந்தோஷமாக சொன்னபடியே நடந்தாள். மருத்துவமனை வாசலில் இருந்த அம்மன் கோவிலில் வணங்கி, குங்குமம் எடுத்து அவள் நெற்றியிலிட்டு சுகப்பிரசவம் ஆகட்டும் என்றாள்.

இரவு கண் விழித்து வெகுநேரம்வரை அவனுக்காகக் காத்திருந்தாள். விஷயத்தைச் சொல்கையில் அவன் முகம் எப்படி மலரும் என கற்பனை செய்து பார்த்தாள். நூற்றுக்கணக்கான வெற்றிப்படங்கள் எடுத்த குடும்பத்தைச் சேர்ந்தவன். இவனும் வெற்றிப்படம் எடுக்கும் முயற்சியில் இருப்பவன். காதல் மனைவி கருவுற்ற விஷயம் கேட்டதும், ஒரு கதாநாயகன் என்னவிதமான மகிழ்ச்சியைக் காட்டுவான் என்று

தெரியாதவனா? அதுசரி... அவனைப் பற்றி யோசிக்கிறேனே, எனக்கு சினிமா கதாநாயகி மாதிரி வெட்கப்படத் தெரியுமா? அவள் தனக்குள் சிரித்தவாறு மணியைப் பார்த்தாள். நள்ளிரவு மணி இரண்டைக் கடந்திருந்தது. விடிந்த பின்னரும் கூட அவன் வரவில்லை.

சூரியன் உச்சிக்கு ஏறியிருந்த பன்னிரண்டு மணியளவில் கீழே ஹாலில் பேச்சு சப்தம் கேட்க, மைதிலி தன் அறையிலிருந்து வெளியில் வந்து கீழே எட்டிப்பார்த்தாள்.

ஆனந்தன் வந்திருந்தான். அவனைச் சுற்றி வீட்டினர் கேள்வி மேல் கேட்டுக் கொண்டிருந்தனர். அவர்களது ஆழ்மனதின் கோபம் அறிவுரைகளாகப் பொங்கி வழிந்து கொண்டிருக்க, அவன் தலைகுனிந்து அமர்ந்திருந்தான்.

கீழே போவதா, வேண்டாமா எனப் புரியாமல் குழம்பி நின்றாள் சில நிமிடங்கள். அவர்கள் பேசுவதெல்லாம் காதில் விழுந்தது. எல்லோரும் அவன் நன்மை வேண்டிதான் பேசிக் கொண்டிருந்தார்கள்.

"காலம் ரொம்ப மாறியாச்சுன்னு சொன்னா புரிஞ்சுக்க மாட்டேன்னா எப்டி ஆனந்த்? இது நம்ம தாத்தா காலம் இல்ல. சாதாரண படத்துக்குகூட நஷ்டமில்லாம ஒரு உத்தரவாதமிருந்தது. ஆனா இப்போ சின்ன பட்ஜெட் படம்லாம் யாரும் வாங்கறதில்ல. மக்களும் பெரிய பட்ஜெட் படம் என்றால்தான் எதிர்பார்ப்புடன் தியேட்டருக்கு வராங்க. தாத்தா சம்பாதிச்சு வெச்சதை நாம காப்பாத்தினாலே போதும். இருக்க இவ்ளோ பெரிய மாளிகை, தவிர நிலபுலன்கள், பண்ணை வீடுகள். இதுல ஒண்ணை அடமானம் வெச்சுதான் ரெண்டு நீ கடன் வாங்கியிருக்க. பத்தாம வெளில வேற கடன் வாங்கியிருக்க. இந்த பணத்தை எல்லாம் என்ன செய்தென்னு தெரியல. இப்போ இன்னும் பணம் வேணும்னா நாங்க எங்க போக? இந்த சொத்து பணமெல்லாம் எல்லோருக்கும் சொந்தமானது. உன் சினிமா ஆசைக்காக இதையெல்லாம்

வித்து தீர்த்துட்டு எல்லாரும் நடுத்தெருவுல நிக்கவா? இதுக்கு நாங்க ஒருநாளும் சம்மதிக்க மாட்டோம்.'' – இது பெரியண்ணன்.

"இதோ பார் ஆனந்த், நம்ம எல்லோருக்குமே கௌரவமான வேலை கையில் இருக்கு. இதைவிட என்ன வேணும்? நல்ல பெண்ணா பார்த்து உனக்கு கல்யாணமும் பண்ணிவெச்சுட்டோம். இனியாவது பொறுப்போட நடந்துக்குவன்னு பாத்தா... இப்போ குடி வேற பழக்கமாகியிருக்கு. தாத்தா சம்பாரிச்சு வெச்ச நல்ல பேரையெல்லாம் கெடுத்துட்டுதான் மறுவேலை பார்ப்ப போலருக்கு! நீ என்னதான் செய்யற? நீ எடுக்கப்போவதா சொன்ன சினிமா எந்த அளவுல இருக்கு? இதுவரை எவ்ளோ செலவாகியிருக்கு? முதல்ல கணக்கு வழக்கைக் காட்டு பார்ப்போம்'' – இது இரண்டாவது அண்ணன்.

மாமனார் ஒருபக்கம் முகத்தை இறுக்கமாக வைத்தபடி அமர்ந்திருந்தார். ஆனந்தின் முகம் சிவந்தது.

"யாரையும் நான் நடுத்தெருவில் நிறுத்திடமாட்டேன். அப்டி ஒரு பயம் உங்களுக்கிருந்தா இப்பவே என் பங்கு சொத்துக்களைப் பிரிச்சுக் கொடுத்திடுங்க. ஜெயிச்சாலும், தோற்றாலும் இனி உங்களைத் தேடி வரமாட்டேன்.''

அவன் சொல்ல வீடு அதிர்ந்தது. மயான அமைதி நிலவியது.

மைதிலி வயிற்றை மெல்ல தடவிக்கொண்டாள். மனதின் சந்தோஷமெல்லாம் வடிந்திருந்தது. கீழே நடந்துகொண்டிருந்த விஷயங்கள் எங்கு போய் முடியுமென்று புரியவில்லை. கடவுளே அவன் சொன்னதை அவர்கள் பொருட்படுத்தக்கூடாது. ஒரு குழந்தையின் அசட்டுப் பேச்சாக அதனை அவர்கள் புறந்தள்ள வேண்டும். அவள் கால் வைத்த நேரம் வீடு பிரிந்ததென்று ஆகவேண்டாம். இங்கு எல்லோரும் நல்லவர்கள்தான். ஆனந்தனின் போக்குதான் சரியில்லை. அவனது செயல்கள் அவளையும்,

குழந்தையையும் கஷ்டத்தில் ஆழ்த்திவிடக் கூடாது. அவர்கள் கோபித்துக்கொண்டு அவன் சொன்னபடி சொத்துக்களைப் பிரித்துக் கொடுத்தால் கஷ்டம் அவளுக்குதான். பிறந்த வீட்டில் எதுவுமறியாது அப்பா, அம்மாவின் அரவணைப்பில் பாதுகாப்பாக இருந்தவள். தன் படிப்பு, அதைவிட்டால் குடும்பத்தினருடன் மகிழ்ச்சியாக நேரம் செலவழிப்பது, வங்கி அதிகாரியாக வேண்டும், அதற்கு முயற்சிக்க வேண்டும் என்ற லட்சியம் இதைத்தவிர வேறொன்றும் தெரியாது அவளுக்கு. திருமணமாகி மிஞ்சிப்போனால் எட்டு மாதமாகிறது. மூன்று மாத கர்ப்பம் வேறு. இந்நிலையில் எவ்வித சிக்கல்களையும் சமாளிக்கும் தைரியமோ, பக்குவமோ இந்த நிமிடம் அவளிடமில்லை. கூட்டுக்குடும்ப வாழ்க்கை அவளுக்கு பாதுகாப்பாக இருக்கிறது. அவள் அதை மிகவும் விரும்பினாள். மைதிலி கவலைப்பட்டாள். நடுத்தெருவில் போக்கிடம் அறியாது அலைவது போலவே கண்ணுக்குள் காட்சிகள் தோன்ற ஒரு வினாடி தடுமாறினாள்.

"அவன் பேசலடா, உள்ள போயிருக்கும் சரக்கு இப்படியெல்லாம் பேசுது. போய் வேலையைப் பாருங்க எல்லோரும்." மாமனார் அந்தக் காட்சியை முடித்து வைத்தார். அதற்குமேல் யாரும் பேசவில்லை. மெல்ல கலைந்து சென்றனர். ஆனந்தன் மாடிக்கு வந்து கட்டிலில் விழுந்து உறங்கிப்போனான். அவனிடம் சந்தோஷமாகச் சொல்ல நினைத்த விஷயம் ஒலியற்று உள்ளேயே அமுங்கிப்போயிற்று. குளியலறையில் ஷவரைத் திறந்துவிட்டு நின்றபோது கண்கள் அதைவிட அதிகமாய் நீரைப் பொழிந்தன.

அத்தியாயம் 6

சமையலறைக்குள் அவள் நுழைந்தபோது, பெரியண்ணி மட்டுமே கணவருக்காக லெமன் டீ தயாரித்துக் கொண்டிருக்க, சமையல் செய்யும் பெண்மணி காய் நறுக்கிக் கொண்டிருந்தார். அண்ணி அவள் முகத்தை உற்றுப்பார்த்தாள்.

"அழுதயா?"

கேட்கும்போதே கண்கள் பளபளக்கத் துவங்கியது.

"அவர் ஏதோ பைத்தியக்காரத்தனமா பேசறார். அதைப்போய் பெரிசா எடுத்துக்கிட்டு..."

"கவலைப்படாதே. எங்க வீட்டுப் பையனைப்பத்தி எங்களுக்குத் தெரியாதா? ஆனா எங்க கவலையெல்லாம் என்னைக்காவது நம்ம விரலே நம்ம கண்ணைக் குத்திடுமோன்னுதான். நம்ம குழந்தைன்னாலும் அடிச்சா வலிக்கும்தானே? ஒருமுறை ரெண்டுமுறை வேணா கண்டுக்காம விட்டுரலாம். தொடர்ந்து அடிச்சு ரொம்ப வலிச்சா...? நம்ம கைல எதுவுமில்ல மைதிலி. கஷ்டம் நஷ்டம் எல்லாத்துக்கும் நம்மை எப்பவும் தயாராதான் வெச்சுக்கணும்."

அண்ணி நிறுத்த, சரி என்பதுபோல மைதிலி பெருமூச்சுவிட்டாள்.

"டிபன் ரெடி ஆகிடுச்சும்மா, டேபிளில் எடுத்து வைக்கவா?" சமையல்காரம்மா கேட்டாள். காலையில்

நடந்த விஷயத்தினாலோ என்னவோ யாருமே டேபிளுக்கு வரவில்லை. மைதிலி தானே ஒவ்வொருவர் அறையாகச் சென்று அழைத்தாள்.

"என்னமோ பசியில்லம்மா நீ சாப்பிடு" சொல்லி வைத்தாற்போல் ஒவ்வொருவரும் சொன்னார்கள்.

அவளுக்கும் வேண்டியிருக்கவில்லை. வயிற்று சிசுவுக்காக ஒரு கிளாஸ் பால் மட்டும் குடிக்கக்கலாமென்று அடுப்படிக்கு சென்று பாலை சுடவைத்தபோது நடு அண்ணி வந்தாள்.

"வா மைதிலி எனக்கு பசிக்குது நாம சாப்பிடலாம்."

"அண்ணி நா..."

"பாலை அப்டி வை. சாப்பிட்டுவிட்டு குடிக்கலாம். மனசுல என்ன கஷ்டமிருந்தாலும் ஒரு பிள்ளைதாச்சி பெண் வயிற்றைப் பட்டினி மட்டும் போடக்கூடாது. வா வந்து சாப்பிடு."

அண்ணி அவளை அழைத்துக்கொண்டு சாப்பாட்டு மேஜைக்கு வந்தாள். சுடச்சுட இருந்த பொங்கலும், கத்தரிக்காய் கொஸ்துவும், மெதுவடையும் வைத்தாள் அவள் தட்டில்.

"நீ கர்ப்பமடைந்திருக்கும் நல்ல விஷயத்திற்காக மாலதியம்மாவிடம் ஏதேனும் இனிப்பு செய்யச் சொல்லியிருந்தோம்" என்றபடி ஒரு பாதாம் கேக்கையும், ஒரு சிறிய கப்பில் வைத்து அவள் தட்டின் பக்கத்தில் வைக்க, மைதிலியின் கண்கள் சட்டென கலங்கிற்று.

வீடே மகிழும் ஒரு விஷயத்தை அவன் இன்னும் அறியக்கூட இல்லையே என்கிற துக்கம்.

அண்ணி அவளோடு தானும் அமர்ந்து சாப்பிட்டாள்.

"ஆனந்த் எழுந்தப்பறம் இந்த இனிப்பை அவனுக்குக் கொடுத்து விஷயத்தைச் சொல்லு. எல்லாம் சரியாப்போகும். மத்த விஷயங்கள் எதுபற்றியும் இப்போ அவனிடம் கேட்க

வேண்டாம் புரிஞ்சுதா?" அண்ணி ஒரு டப்பாவில் இனிப்புகளை அள்ளிப்போட்டு மூடி அவளிடம் கொடுத்தனுப்பினாள்.

ஒருவித அச்சத்துடன்தான் அவள் மாடிக்கு வந்தாள். படுக்கையில் அவனைக் காணவில்லை. பாத்ரூம் கதவு உட்புறம் தாழிடப்பட்டிருந்தது. அவள் படுக்கையை சரிசெய்துவிட்டு, துவைத்து காய்ந்த துணிகளை கட்டிலில் எடுத்துப்போட்டு ஒவ்வொன்றாய் மடித்தாள். அவற்றை சுவரோடு பொருத்தப்பட்ட வார்ட்ரோபில் அடுக்கி வைக்கும்போது பாத்ரூம் கதவு திறக்கப்படும் சப்தம் கேட்டது.

வெளியில் வந்தவன், அவளைப் பார்த்தும் எதுவும் பேசாமல், அவசர அவசரமாக உடைமாற்றி, தலைசீவி, வெளிநாட்டு செண்டைத் தெளித்துக்கொண்டு தன் பிரீஃப்கேசை எடுத்துக்கொண்டு புறப்பட்டான்.

"எதுவும் சாப்டலையே..."

"வேணாம்."

"அட்லீஸ்ட் ஒரு ஸ்வீட் தரவா?"

"வேணாம். டைம் ஆச்சு" அவன் அறைக்கு வெளியில் சென்றான். என்ன விசேஷம், எதற்கு இனிப்பு என்றுகூடக் கேட்கவில்லை. மைதிலி கண்ணீரை அடக்கினாள். மாடியிலிருந்து கீழே ஹாலை எட்டிப்பார்த்தாள். கீழே இறங்கிச்சென்றவன் யாரிடமும் எதுவும் பேசாமல் வேகமாக வெளியேறியதைக் கண்டதும் அவள் முகம் மாறியது.

✳✳✳

ஜனவரி 1991

பொங்கல் பண்டிகை மிகுந்த கோலாகலத்துடன் கொண்டாடப்பட்டது. தோட்டத்தில் சூரிய ஒளி விழுமிடத்தில் கோலம் போட்டு, செங்கல்கள் கொண்டு அடுப்பு அமைத்து,

விறகுகள் வைத்து அக்னிமூட்டி, குங்குமம் வைத்து புது மஞ்சள் கிழங்கை அதன் இலைகளோடு கட்டியிருந்த பெரிய மண்பானையை வைத்து புது அரிசி கொண்டு பொங்கலிட்டு அது பொங்கி வரும்போது குலவையிட்டார்கள். வெற்றிலை, பாக்கு, பழங்கள் இல்லத்திலிருந்த பெரியவர்கள் முதல் குழந்தைகள்வரை கலைநிகழ்ச்சிகளில் கலந்துகொண்டு நடனமாடினார்கள். அதிலும், அறுபது வயதுக்கு மேற்பட்ட பெண்மணிகள் பரதநாட்டியம், கதக் முதற்கொண்டு, கரகாட்டம் வரை உற்சாகமாக ஆடி அசத்தினார்கள். அறுபதைக் கடந்த இரண்டு பெண்மணிகள், 'காத்திருப்பான் கமலக்கண்ணன்' பாடலுக்கு நடனமாடியபோது பத்மினியும், ராகினியும் கண்முன்னால் தெரிந்தனர். கரகோஷம் விண்ணைப் பிளந்தது. மைதிலி மலைத்துப்போனாள். முதிய ஆண்கள் தாங்களும் குறைந்தவர்கள் அல்ல என்பதுபோல வெஸ்டர்ன், பிரேக் என்று ஆடி அசத்தினர்.

ஒவ்வொருவர் வாழ்விலும் எத்தனையோ பிரச்சனைகள். உறவுகளும் வாரிசுகளுமற்று இல்லத்திற்கு வந்தவர்கள், பிள்ளைகளால் கைவிடப்பட்டவர்கள், பிள்ளைகள் வெளிநாட்டிலிருக்க, தனிமையைத் தவிர்ப்பதற்காக வந்தவர்கள் என்று ஒவ்வொரு முதியவருக்கும் பின்னே ஒவ்வொரு கதை. அதே போலதான் குழந்தைகளும். பெற்றோரால் புறக்கணிக்கப்பட்டவர்கள், குப்பையில் வீசப்பட்டவர்கள், அரசு தொட்டில்களில் இடப்பட்டவர்கள் என்று பல குழந்தைகள் உறவுகளின் அன்பையே அறியாதவர்கள். ஆனாலும் எல்லோரிடமும் எத்தனை உற்சாகம்? எத்தனை திறமைகள்! துயரங்களையே நினைத்துக்கொண்டு எவரும் மூலையில் அமர்ந்துவிடவில்லை.

"நீங்க கிளாசிகல் டான்ஸ் கத்துக்கிட்டீங்களா?" காத்திருப்பான் கமலக்கண்ணன் பாடலுக்கு நடனமாடிய அறுபது வயதுக்கு மேற்பட்ட பெண்மணி மீனாக்ஷியிடம் கேட்டாள்.

"அஞ்சு வயசுல கத்துக்கிட்டு பத்து வயசுல அரங்கேற்றமாகி, நாற்பது வருடங்கள் சலங்கை கட்டி ஆடிய கால்கள் இவை. பிறகு கணவரின் மரணம். அதற்குப்பிறகும் கூட நிறைய நிகழ்ச்சிகளுக்கு கூப்டாங்க. ஆனா உறவுகள் என்னை ஆடவிடல. புருஷன் போனப்பறம் என்ன ஆட்டம் வேண்டிக்கிடக்குன்னு குத்திக்காட்டினாங்க, ஆனா பையனைப் படிக்க வைத்து ஆளாக்கவேண்டிய கடமை இருந்ததால், ஆடுவதை விட்டுட்டு நடனம் சொல்லிக்கொடுத்தேன். பையனை வெளிநாட்டுக்கு அனுப்பி படிக்க வைத்தேன். நாலு வருஷம் முன்பு அங்கயே ஒரு பெண்ணைக் காதலிச்சு கல்யாணம் செய்துக்கிட்டா ஒரு போன் வந்தது. அப்பறம் ஒரு போட்டோ வந்தது தபாலில். நல்லாயிருங்கன்னு நானும் தபால் மூலமே வாழ்த்தினேன். எனக்கு மாசம் பத்தாயிரம் அனுப்பறான். அவனுக்காக வாங்கின கடன்கள் என் கழுத்தை இறுக்கியது. அவன் அனுப்பும் பணத்தை வைத்து செலவை சமாளிக்க முடியலை. வீட்டை விற்றுக் கடனையடைத்தேன். ஆனா வேற வீடு தேடினா ஒற்றை அறைக்கே வாடகை ஏழாயிரம் எட்டாயிரம் கேட்டார்கள். வாடகை, கரண்ட் சார்ஜ் போக மிச்சமிருக்கும் சொற்ப பணத்துல என்னத்த பொங்கித் திங்க? என்ன செய்ய, எங்க போவதுன்னு புரியாம குழம்பி நின்ன சமயத்தில்தான் இந்த இல்லத்தை நிறுவிய ஜம்புலிங்கம் ஆபத்பாந்தவரா வந்து எனக்கு கைகொடுத்தார். அவரது மகளுக்கு நான் நாட்டியம் சொல்லிக் கொடுத்திருப்பதால் என்னை நன்கறிந்தவர். என் கணவர் இறந்த சமயங்களில் ஒரு சகோதரனைப்போல பல உதவிகள் செய்திருக்கிறார். அவர்தான் என்னை இந்த இல்லத்தில் வந்து இரு. உன் வீடு போல நினைத்துக்கொள் என்று கூறி இங்கே அழைத்து வந்தார். அன்றிலிருந்து இங்கே இருக்கிறேன். இங்குள்ள குழந்தைகளுக்கும், பெரியவர்களுக்கும்கூட நடனம் சொல்லிக்கொடுக்கிறேன். அப்படி கற்றுக்கொண்டவர்தான் என்னோடு சேர்ந்து ஆடினார். இதனால் பொழுதுபோகிறது.

சந்தோஷம் கிடைக்கிறது. நமக்கு யாருமில்லையென்கிற எண்ணம் அறவேயில்லை. மகன் அனுப்பும் பத்தாயிரத்தை அப்படியே இல்லத்திற்கு கொடுத்துவிட்டு நிம்மதியாக இருக்கிறேன்."

மைதிலி பிரமிப்புடன் பார்த்தாள். மகனும், மருமகளும் உங்களை விசாரிக்கிறார்களா? போன் செய்து பேசுகிறார்களா?

"ஆண்டுக்கொருமுறை அன்னையர் தினத்தன்று அழைத்து வாழ்த்து சொல்லுவார்கள் இருவரும்."

"மகன் மீது எந்த வருத்தமும் இல்லையா உங்களுக்கு?"

ஆரம்பத்தில் வருத்தமிருக்கவே செய்தது. ஆனால் ஆழ்ந்து யோசித்தோமானால் இந்த கோபம், வெறுப்பு, வருத்தம், எல்லாமே நம் எதிர்பார்ப்புகள் உடைவதால் ஏற்படுபவையே என்று புரிந்தது. நான் அவனுக்கு செய்தேன். அதனால் அவன் எனக்கு செய்வான் என்கிற எதிர்பார்ப்பு. அந்த எதிர்பார்ப்பு உடையும்போது வருந்துகிறோம். ஆனால் இந்த அம்மா பிள்ளை உறவெல்லாம் இந்த ஜன்மத்தோடு முடிவதுதானே? ரயில் பயணம் முடிந்து இறங்கும்போது நம்மோடு பயணிக்கும் யாரிடமாவது நாம் வருத்தமோ, கோபமோ கொள்கிறோமா என்ன? வாழ்த்தி விடை கொடுப்பதில்லையா? என் மகன் என்னை முழுவதும் மறந்துவிடவில்லையே. மாதம் பத்தாயிரம் என் வங்கிக் கணக்கிற்கு வந்து கொண்டிருப்பதும், ஆண்டுக்கொருமுறை போன் செய்து பேசுவதும் என் மீதான அன்பின் சில துளிகள் அவனிடம் இன்னும் இருப்பதனால்தானே. அது போதுமே. அந்தப் பணத்தை இல்லத்திற்கு கொடுக்கும் ஒவ்வொரு முறையும், என் மகனின் குடும்பத்திற்கே இதன் புண்ணியம் போய்ச் சேரட்டுமென்றும், அவன் குடும்பம் அனைத்து நலன்களையும் பெற்று வாழட்டுமென்றும் பிரார்த்தித்தபடிதான் கொடுக்கிறேன். பெற்ற உறவு கடல்கடந்து போய்விட்டாலும், கடவுள் எனக்கு இப்போது ஏகப்பட்ட உறவுகளைத் தந்து

என்னை மகிழ்ச்சியாகவே வைத்திருக்கிறான். வேறென்ன வேண்டும்? அந்த மகிழ்ச்சிதான் என் நடனத்தில் முழுவதுமாக வெளிப்பட்டது. சோப்புத் தண்ணீரில் முக்கி ஒரு குழந்தை வாயால் ஊதிவிடும்போது பெரிதும் சிறிதுமாக காற்றில் மிதந்து செல்லும் வர்ணக்குமிழ்களைப் பார்த்திருக்கிறாயா? அவை குழந்தையை மட்டுமல்ல, அதைப் பார்க்கும் நம்மைப்போன்ற பெரியவர்களையும் சந்தோஷப்படுத்தும்தானே? ஒருவகையில் நாமெல்லோரும் கூட இறைவன் ஊதிவிடும் பல வர்ணக் குமிழ்கள்தான். இலகுவா மிதந்து சென்று எல்லோரையும் மகிழ்விப்போமே. எதுக்குத் தேவையில்லாத கனங்களை சுமந்துகொண்டு? இலகுவாயிருந்தால் உடையும் போதிலும் அழகாயிருக்கும்.

மைதிலி நெகிழ்ந்தாள். சட்டென மீனாக்ஷியம்மாவின் பாதம் தொட்டு வணங்கினாள்.

அங்கிருப்பவர் ஒவ்வொருவருமே தன் வாழ்வில் நடந்து முடிந்த துன்பங்களை ஒதுக்கிவைத்துவிட்டு நிகழ்காலத்தின் இந்த நொடியில் மகிழ்ச்சியாக இருப்பதும், அவர்களிடமிருந்து கற்பதற்கு நிறைய உள்ளதெனவும் புரிந்தது மைதிலிக்கு.

அத்தியாயம் 7

"**மை**திலி இந்த வரவு செலவு கணக்கைக் கொஞ்சம் டாலி பண்ணித் தரமுடியுமா? எனக்கு கொஞ்சம் வெளில போகவேண்டிய வேலையிருக்கு." சாரதாம்மா ஒரு லெட்ஜரை அவளிடம் நீட்ட, தாங்க மேடம் என்றபடி வாங்கிக்கொண்டாள்.

அன்றிரவு டாலி செய்த லெட்ஜரை சாரதாம்மாவிடம் கொடுத்தபின் பேச்சுவாக்கில் மெல்ல கேட்டாள்.

"மாயா குட்டியை ஏதேனும் ஒரு பள்ளியில் சேர்க்கவேண்டும். இந்த ஊரில் எனக்கு ஒன்றும் தெரியாது. நீங்கள்தான் உதவ வேண்டும்."

"அதுக்கென்ன? என்ன மாதிரி பள்ளியில் அவளை சேர்க்க விரும்புகிறாய்?"

"தனியார் பள்ளியெல்லாம் வேண்டாம். அரசுப்பள்ளியே போதும்."

"கண்டிப்பாக. மார்ச் மாதத்தில் புது அட்மிஷன் போடும்போது சேர்த்துடலாம். நம்ம இல்லத்தின் பசங்க படிச்சுட்டிருக்கும் அரசு பள்ளியிலேயே போட்டுடலாம். நாளைக்கு அந்த ஹெட்மாஸ்டரிடம் சொல்லி வைக்கிறேன். அப்பறம் மைதிலி... ஊரில் யாரிடமாவது பேசினாயா? நீ எடுத்திருக்கும் முடிவில் உறுதியாகத்தான் இருக்கிறாயா?"

"உறுதியாகத்தான் இருக்கேன் மேடம். நான் இனி வாழ நினைப்பது என் குழந்தைகளுக்காக."

"உன் பிறந்த வீட்டினரிடமேனும் பேசலாமே."

"அக்காவிடம் நாளை பேசலாம் என்றிருக்கிறேன். அம்மா அப்பாவிடம் இப்போது பேசினால், அவர்கள் அறிவுரை சொல்ல ஆரம்பிப்பார்கள். நம் நாட்டில் அறிவுரைகள் எல்லாம் தவறே செய்யாவிடினும் பெண்ணுக்குதான் சொல்லப்படும். விட்டுக்கொடுத்துச் செல் என்ற அறிவுரையைக் கேட்கும் மனநிலையில் தற்போது நானில்லை. சுயமாய் நான் எழுந்து நின்ற பிறகு அவர்களிடம் பேசுகிறேன்."

"உன் விருப்பம். ஆனால் இந்த இல்லத்தின் ஆதரவு எப்போதும் உனக்குண்டு. வாழ்வில் நீ வெற்றிபெற வாழ்த்துகிறேன்."

மைதிலி தன் படுக்கை நோக்கி நடந்தாள். குழந்தைகள் உறங்கியிருந்தன. அவள் வாசற்பக்கம் வந்தாள். தோட்டத்து காற்று உடலை இதமாய்த் தழுவியது.

"காற்றாய்த் தீண்டினாய் நந்தலாலா
நல்ல கானமாய் ஒலித்தாய் நந்தலாலா
கவலைகள் களைந்தாய் நந்தலாலா
கண்ணில் உறக்கமாய் வாராய் நந்தலாலா
எந்தன் கனவிலும் வந்தே நீ நந்தலாலா
என் மடிதனில் துயிலாயோ நந்தலாலா"

தோட்டத்து சிமென்ட் இருக்கையில் சாய்ந்தமர்ந்தபடி, சன்னமான குரலில் இனிமையாய்ப் பாடிக்கொண்டிருந்தாள் மீனாக்ஷியம்மா.

"இங்கயா இருக்கீங்க? தூங்கலையா?" மைதிலி அருகில் சென்று தானும் அமர்ந்தாள்.

"தூக்கம் வாராமதான் பாடறேன். கண்ணில் உறக்கமாய் வாராய் நந்தலாலான்னு."

"வழக்கமா படுத்ததும் தூங்கிடுவீங்களே?"

"மனசு சந்தோஷமா இருந்தாலும் உறக்கம் வராது."

"ஓ! அப்டியென்ன சந்தோஷம்? சொன்னா நானும் சந்தோஷப்படுவேனே."

"மகன் கொஞ்சம் முன்பு போன் பண்ணினான்."

"அப்டியா? இன்னிக்கு மதர்ஸ்டே கூட இல்லையே. என்ன விசேஷம்?"

மீனாக்ஷியம்மா சிரித்தாள். "இன்று அவர்களுக்கு மதர்ஸ்டே தான். கல்யாணமாகி நாலஞ்சு வருஷம் கழிச்சு என்னைப் பாட்டியாக்கியிருக்கான்."

"ஆஹா... எவ்ளோ சந்தோஷமான செய்தி! என்ன குழந்தை?"

"ஆண் குழந்தை."

"பேரனைப் பார்க்கணும்போல இருக்கா?"

"விஷயம் சொன்னதும் ஆசை வந்தது. ஆனா இப்போ இல்ல."

"ஏம்மா, மகன் வான்னு கூப்பிடலையா?"

"வான்னுதான் சொல்றான். டிக்கெட் புக் பண்றேன்னான். நான்தான் வேணாம்னு சொல்லிட்டேன்."

"ஏம்மா?"

"அம்மாவா கூப்பிட்டா போகலாம். ஆயா வேலைக்கில்ல அழைக்கறான்? பேபி சிட்டர் வெச்சா கட்டுப்படியாகாதாம். தவிர நல்லா பாத்துப்பாங்களான்னு பயமாகவும் இருக்காம். அதனால நீ வா என்கிறான்."

"என்ன சொன்னீங்க?"

"என்னை நம்பி இங்க நிறைய குழந்தைகள் இருக்காங்க, அவங்களை விட்டுட்டு வரமுடியாதுன்னு சொல்லிட்டேன். சொந்த பேரக் குழந்தையைவிட அந்த அனாதைப் பசங்க உனக்கு வேண்டியவங்களா ஆகிட்டாங்களா? நீயெல்லாம்

ஒரு அம்மாவான்னு கேட்டான். நான் அங்க வந்தா எனக்கு இப்போ அனுப்பிட்டு இருக்கற பத்தாயிரத்தை எனக்குத் தரவா போற? அதனால இனி நீ பத்தாயிரம் அனுப்ப வேணாம். ஒரு பேபி சிட்டர் வெச்சுக்க. அவங்களுக்கு சம்பளம் கொடுக்க அந்த பணம் உதவும். என் ஆசீர்வாதம் உங்களுக்கு எப்பவும் இருக்கும்னேன். அவன் போனை வெச்சுட்டான். வேற ஏதானம் வழியில் என்னால மாசம் ஒரு பத்தாயிரம் சம்பாதிக்க முடியுமான்னு யோசித்துக் கொண்டிருக்கேன். அதான் தூக்கம் வரலை.''

மைதிலி கண்கலங்க அமர்ந்திருந்தாள்.

''துன்பமோ, இன்பமோ கடவுள் நமக்கு எவ்வளவு தரவேண்டுமென்று நினைக்கிறானோ, அதற்குமேல் ஒரு இம்மியளவும் நாம் பெற்றுவிடமாட்டோம். அதனால் கிடைப்பதை ஏற்கப் பழகுவது நல்லது. தூங்கலாமா நேரமாகுது.''

இருவரும் உள்ளே வந்தனர். மறுநாள் எதுவுமே நடக்காததுபோல மீனாக்ஷியம்மா இயல்பாகத் தன் பணிகளைச் செய்து கொண்டிருந்தாள்.

✳ ✳ ✳

ஒரு ஞாயிற்றுக்கிழமை திருவானைக்கா கோவிலுக்குச் சென்று அகிலாண்டேஸ்வரியை தரிசித்துவிட்டு வரும்வழியில் கடை ஒன்றிலிருந்து அக்காவுக்கு போன் பண்ணினாள்.

முதல்முறை ரிங் போய்க்கொண்டே இருந்தது. மீண்டும் முயற்சிக்க, தொடர்பு கிடைத்தது. எதிர்முனையில் அக்காவின் குரல் கேட்டது.

''மைதிலி பேசறேன்.''

''மைதிலி எப்படி இருக்க? உன்கிட்டேர்ந்து போன் வராதான்னு தினமும் காத்திருந்தேன்'' அக்கா பரபரப்பும் மகிழ்ச்சியுமாகப் பேசினாள்.

"நான் நல்லார்க்கேன்."

"எங்கடி இருக்க?"

"பாதுகாப்பா ஒரு சேவை இல்லத்தில் இருக்கேன்."

"எந்த ஊரில்?"

"அதைப்பற்றி பிறகு சொல்றேன். அங்க அப்பா அம்மா...?"

"அம்மா அழுதுக்கிட்டே இருக்கா. அப்பா ரொம்ப அப்செட். உன்மேல கொஞ்சம் கோபமா இருக்கார். என்ன பிரச்சனை இருந்தாலும் சமாளிச்சிருக்கணும். இப்டி வீட்டைவிட்டு காணாமல் போனா... தீராத பழியெல்லாம் வந்து சேருமேன்னு வருத்தப்படறார்."

"அவங்க வீட்டுலேர்ந்து யாராவது..."

"ஆனந்தன் வந்தார். அப்பாவைக் கண்டபடி திட்டினார். மிரட்டினார். பதிலுக்கு நாங்களும் மிரட்டினதும், காற்றுபோன பாலூனாகத் திரும்பிப் போய்ட்டார். அப்பறம் அவங்க பெரியண்ணி பேசினாங்க. உன் மீது ரொம்ப இரக்கப்பட்டாங்க. அவங்களுக்கெல்லாம் ஆனந்தன் மீதுதான் கோபம். நீ இருக்குமிடம் தெரிந்தால் சொல்லச்சொன்னாங்க."

"சொல்றேன். எல்லார்க்கும் சொல்றேன். நான் முதலில் எழுந்து நிற்கணும். தலைநிமிர்ந்து வாழணும். அதன்பிறகு சொல்றேன். அதுவரை நான் போன் செய்த விஷயத்தைக்கூட நீ யாரிடமும் சொல்லவேண்டாம்க்கா."

"அதுக்கில்ல மைதிலி, உன்னுடைய இந்த கஷ்டத்துக்கு நாங்க எல்லாரும்கூட ஒரு காரணம்தானே? உனக்கு எந்த உதவி வேணா நாங்க செய்யத் தயாரா இருக்கும்போது நீ யார்கிட்டயுமே சொல்லாம இப்டி எங்கயோ ஊர் தெரியாத ஊரில் இரண்டு குழந்தைகளை வைத்துக்கொண்டு சிரமப்படணுமா?"

"யார் கஷ்டத்துக்கும் யாரும் காரணமாக முடியாதுக்கா. தீதும் நன்றும் பிறர் தர வாரா. பிறக்கும்போதே நம்

விதிகள் எழுதப்பட்டு விடுகின்றன. சாம்பலானாலும்கூட உயிர்த்தெழுவது நம் முயற்சியில் இருக்கு. அந்த முயற்சியில்தான் நான் இருக்கேன். நான் அங்க இருந்தால் சிக்கல் தீராது. உங்களுக்கும் பிரச்சனை வரும். அதான் உனக்கு மட்டும் ஒரு கடிதம் எழுதிட்டு கிளம்பிட்டேன்.''

''உன்னைத் தொடர்புகொள்ள ஏதாவது நம்பர் இருக்கா மைதிலி?''

''இரண்டு நாளுக்கொருமுறை நானே உன்னைக் கூப்பிடறேன் அக்கா.''

''ஒரு முடிவோடதான் இருக்கயா?''

''கண்டுபிடிக்க முடியாத தூரத்தில் எல்லாம் நானில்லைக்கா. என்னைப் புரிஞ்சுப்பன்னு நினைக்கறேன். அதைவிட, என்னை நீ நம்புவன்னு நினைக்கறேன்.''

''எப்பவும் என்னோட மாரல் சப்போர்ட் உனக்குண்டு மைதிலி. எப்போ என்ன பிரச்சனையென்றாலும் உடனே போன் பண்ணு. உன் வெற்றிக்காக நான் பிரார்த்தனை பண்ணிக்கொண்டே இருப்பேன்.''

''அப்பறம் ஒரு ஹெல்ப் அக்கா.''

''என்ன, சொல்லு?''

''வாழ்க்கை என்னை பயமுறுத்த ஆரம்பித்த பிறகு ஒரு முடிவெடுத்து ஆனந்துக்கும் தெரியாம நான் வங்கி வேலைக்காக தேர்வு எழுதியிருக்கேன். கல்யாணமாகி மாயா பிறந்த உடனேயே வங்கி தேர்வு எழுதுவது பற்றி ஆனந்திடம் கேட்டேன். அவர் கூடாதுன்னு மறுத்துட்டார். ஆனா அவர் மீதான என் நம்பிக்கை குறையக் குறைய என்னைப் பற்றிய, குழந்தைகளைப் பற்றிய பயம் கூடியது. இனி அனுமதி கேட்டால் சரியாகாதுன்னு நினைத்தேன். அதனால அவருக்குத் தெரியாமயே விண்ணப்பித்தேன். தேர்வுக்குத் தயார் செய்துகொண்டேன். நான் கிளம்புவதற்கு

ஒரு மாதம் முன்புதான் குழந்தைகளை ஒருநாள் டேகேர்ல கொண்டு விட்டுட்டு போய் தேர்வெழுதினேன். அதற்கான கடிதப் போக்குவரத்திற்கு உன்னுடைய விலாசம்தான் கொடுத்திருக்கேன். எனக்கு வேலை கிடைக்கும்னு நூறு சதம் நம்பறேன்கா. ரிசல்ட் எப்போ வேணாலும் அறிவிக்கப்படலாம். ஏதானம் கடிதம் வந்தா உடனே பிரிச்சுப் பாரு. நானும் ரெண்டு நாளைக்கொருதரம் உனக்கு போன் பண்ணி கேட்டுக்கறேன் சரியா?''

''கண்டிப்பா.''

''என்னைப் பற்றிய எந்த தகவலும் யாருக்கும் தெரியக்கூடாதுக்கா.''

''சரி. என் மேல இவ்ளோ நம்பிக்கை வைத்திருக்கும்போது எனக்கு மட்டுமாவது நீ இருக்கும் இடத்தையோ, தொடர்பு நம்பரையோ சொல்லலாம் இல்லையா?''

மைதிலி புன்னகைத்தாள். சரி நோட் பண்ணிக்கோ என்றவள், வரலக்ஷ்மி சேவா இல்லத்தின் போன் நம்பரையும், விலாசத்தையும் கூறினாள்.

மைதிலி போனை வைத்தாள்.

வங்கி வேலை கிடைக்க எவ்வளவு நாளாகுமோ? அதுவரை இல்லத்தில் சும்மா உட்கார்ந்து சாப்பிடுவது சரியாகுமா? ஏதேனும் வேலை கிடைத்தால் நன்றாக இருக்கும். புது ஊர், புது இடம். இங்கே எனக்கு என்ன வேலை கிடைக்கும்? யோசித்தபடி இல்லம் நோக்கி நடந்தாள். மனசு தன் விதியை நினைத்து வருந்தியது.

ஒரு வேலை கிடைத்தபிறகு திருமணம் செய்துகொள்கிறேன் என்று அப்பாவிடம் எவ்வளவோ சொல்லியும், இந்த வரனை திருமணம் செய்துகொண்டால் நீ வேலைக்கே செல்லத் தேவையில்லை என்று சொல்லி அவளை மேற்கொண்டு பேசவிடாமல் செய்துவிட்டார். மாளிகை மாதிரி வீடு,

கூட்டுக்குடும்பம், ஓர்ப்படிகள், உறவுகள் என்று எல்லோருமே அவளிடம் அன்பாகத்தான் இருந்தார்கள் ஆனந்தனைத் தவிர.

சொத்தைப் பிரித்துக் கொடுங்கள் என்று அவன் கேட்டபோதே அவளை பயம் கவ்வியது. கூட்டுக்குடும்பத்தில் இருக்கும்வரைதான் தனக்கும், பிறக்கப்போகும் குழந்தைக்கும் பாதுகாப்பென்று நினைத்தாள் அவள். அவனை நம்பி தனியே செல்ல பயமாக இருந்தது. இத்தனை பெரியோருக்கே அடங்காதவன் அவளுக்கு மட்டும் எப்படி அடங்குவான்? அவள் சொல்வதைக் காது கொடுத்துக் கேட்கும் மனநிலையிலா அவன் இருந்தான்?

அத்தியாயம் 8

அன்று நள்ளிரவில் அவன் வீடு திரும்பியதும், அவனுக்கு சாப்பாடு போட டேபிளில் தட்டு வைத்தாள்.

"எனக்கு வேண்டாம்."

"ஏன்?"

"வெளிய சாப்பிட்டேன்."

"ஹோட்டல் உணவு உடம்புக்கு நல்லதில்லை."

"நாம தனியா போன பிறகு உன் கையால் சாப்பிடுகிறேன். அதுவரை ஹோட்டல்தான்."

அவள் கண்கள் நாலாபுறமும் சுழன்று யாரேனும் இருக்கிறார்களா என்று பதைபதைப்போடு பார்த்தது. நல்லகாலம் நள்ளிரவென்பதால் யாருமில்லை. எல்லோரது அறைக்கதவும் சார்த்தியிருந்தது.

அவன் மாடியேறிச் சென்றதும் அவள் எல்லாவற்றையும் முடி வைத்துவிட்டு மாடிக்கு வந்தாள்.

"நீங்க கொஞ்சம் பொறுமையா இருக்கலாம். இந்த நேரத்தில் நாம தனியா போவது நல்லதில்லையென்று தோன்றுகிறது."

"ஏன்? நேரத்துக்கு என்ன குறைச்சல் இப்போ?"

"நம்ம குழந்தைக்கு எல்லா உறவுகளும் வேணும்னு ஆசைப்படறேன். கர்ப்பகாலத்தில் என்னை அக்கறையா

கவனிச்சு அறிவுரை சொல்லவும், சாப்ட்டயாம்மான்னு அன்போட கேக்கவும், உறவுகள் வேணும்னு நினைக்கறேன்."

அவன் திகைப்போடு அவளைப் பார்த்தான்.

"ஏன் சொல்லலை?"

"சொல்வதற்கு எங்கே விட்டீர்கள்? டாக்டர் கன்ஃபார்ம் பண்ணின அன்றுதான் நீங்க உங்கப்பாவிடம் சொத்தைப் பிரிச்சு கொடுங்கன்னு கேக்கறீங்க. அதுக்குப்பிறகு அன்னிக்கு நடந்ததுதான் உங்களுக்குத் தெரியுமே."

அவன் யோசித்தான். அவள் சொல்வதும் ஒருவிதத்தில் சரிதான். இதுபோன்ற நேரத்தில் அவள் நாலுபேரோடு இருப்பதுதான் பாதுகாப்பு. அவனும் பயமின்றி தன் வேலையை கவனிக்கலாம். தனியே அழைத்துச்சென்றுவிட்டு ஒன்றுகிடக்க ஒன்றாகிவிட்டால் அவன்மீதுதான் பழி விழும். பிரசவம் நல்லபடியாக முடியும்வரை சொத்து பிரிப்பது பற்றி வலியுறுத்த வேண்டாம். பிறகு பார்த்துக் கொள்ளலாம் என்று தோன்றியது.

அவன் அவளைப் பார்த்து புன்னகைத்தான். சரி உன் விருப்பப்படியே ஆகட்டும். என்றவன் அவளை மெல்ல அணைத்து தன் மகிழ்ச்சியை வெளிப்படுத்தினான்.

மைதிலி இழுத்து மூச்சுவிட்டாள். பெரிய ஆஸ்வாசம் ஏற்பட்டது. "தயவுசெய்து இனிமே வீட்டுல சாப்பிடுங்க. எல்லாரிடமும் சகஜமா இருங்க. இங்க யாரும் உங்களுக்கு எந்த கெடுதலும் செய்யல. நீங்க நல்லார்க்கணும்னுதான் எல்லாரும் நினைக்கறாங்க. நம்ம அணுகுமுறை சரியாக இருந்தால் எல்லாமே நல்லபடியா நடக்கும்."

அவன் மௌனமாக இருந்தான்.

"உங்க படம் எந்த அளவுல இருக்கு?"

"தயாரிப்பு செலவு நான் நினைச்சதைவிட அதிகமாகுது."

"சினிமா எடுப்பது முந்தி மாதிரியில்ல. கடனுக்கு மேல் கடன் வாங்குவது நல்லதில்லைன்னு தோணுது."

அவன் அவளை முறைத்தான். "அதுக்காக? முன்வெச்ச காலை பின்வைக்கச் சொல்றயா?"

"ஆழம் தெரியாம காலை விடக்கூடாதில்லையா?"

"இப்டி யோசிச்சிருந்தா எங்க தாத்தாவால ஒரு படம்கூட எடுத்திருக்க முடியாது."

"அவர் காலம் வேற."

"அவர் காலத்துல ஒரு சவரன் தங்கம் இருபது ரூபாய்க்கு வாங்க முடிஞ்சது. இப்போ அப்டியா? இன்னிக்கு ஒரு கிராம் தங்கத்துக்கே பல ஆயிரங்கள் விலை. அதுக்காக நகைக்கடையில் கூட்டம் குறைந்துவிட்டதா என்ன? நமக்கு வருஷா வருஷம் வயது கூடிக்கொண்டே வருவதுபோல விலைவாசியும் கூடிக்கொண்டுதான் போகும். குறையாது."

"தாத்தாவுக்குப் பிறகு சினிமா எடுக்கும் ஆசை உங்கப்பாவுக்கு ஏன் வரவில்லை?"

"யார் சொன்னார்கள் வரவில்லையென்று? அவரும் இரண்டு படங்கள் எடுத்தார். ஆனா அது சரியா போகல. அதுக்கப்பறம்தான் எங்க தாத்தா பண்ணின சினிமா தொழில் வேண்டாம், அதுக்கு பதில், எங்க கொள்ளு தாத்தா பண்ணின பட்டு ஜவுளி தொழிலே செய்யலாம்னு காஞ்சீபுரத்துல பட்டு ஜவுளி வியாபாரம் ஆரம்பிச்சார். இன்னிவரைக்கும் நல்லா போயிட்டிருக்கு."

"தாத்தா அடைந்த வெற்றியை உங்கப்பாவால அடைய முடியாதப்போ... உங்களால..."

"ஷட்டப்! முடிஞ்சா என்கரேஜ் பண்ணு. இல்லன்னா கம்முனு இரு."

"அதுக்கில்ல, ஏற்கனவே கடன் வாங்கியிருக்கீங்க. எல்லாத்தையும் அடைக்க முடியுமா?"

"கடன் வாங்காம சினிமா எடுக்க முடியாது. கொஞ்சம் அன்பா பேசினா உடனே அட்வைஸ் பண்ண ஆரம்பிச்சுடாதே ஓகே."

ஆனந்தன் திரும்பி படுத்துக்கொண்டான்.

✳ ✳ ✳

கிச்சனில் பெரியண்ணியும், இரண்டாவது அண்ணியும் காய் நறுக்கும் சிறிய டேபிளின் முன்பமர்ந்து காப்பி குடித்தபடி பேசிக்கொண்டிருந்தார்கள். மைதிலியைப் பார்த்ததும், குட்மார்னிங் மைதிலி, காப்பி தரவா? என்றாள் சின்ன அண்ணி.

நானே போட்டுக்கறேன். நீங்க குடிங்க என்றவள், காப்பி கலந்துகொண்டு வந்து அவர்களோடு அமர்ந்தாள்.

"ராத்திரி ஆனந்தன் எப்போ வந்தான்? சாப்ட்டானா?"

"ரொம்ப லேட்டா வந்தார். சாப்பிடல."

"அவன் அப்பாவாகப் போகும் விஷயத்தை சொன்னயா இல்லையா?"

"நேத்திக்குதான் சொன்னேன்."

"என்ன சொன்னான்?"

"சந்தோஷப்பட்டார்."

"சினிமா எடுக்கற ஆளாயிற்றே. சினிமா ஹீரோ மாதிரி உன்னைத் தூக்கிக்கொண்டு சுற்றினானா?"

"அதெல்லாம் இல்ல" மைதிலி சிரித்தாள். அண்ணிகளை நினைத்து அவள் வியந்தாள். அத்தனைபேர் மனதையும் ஒருசேர ஆனந்தன் புண்படுத்தியிருந்தும் கூட, அதைப்பற்றி கவலைப்படாமல் அவர்கள் அவளிடம் சகஜமாகவும், அன்பாகவும் பேசியது அவளை நெகிழச்செய்தது. பொதுவாக புகுந்த வீட்டு உறவுகளால்தான் ஒரு பெண்ணுக்கு பிரச்சனைகள்

வரும். ஆனால் அவளது கெட்டநேரம், அவள் புருஷனே பிரச்சனைகளுக்குக் காரணமாக நடந்துகொள்கிறான்.

"என்ன யோசனை?"

"ஒன்றுமில்லை அண்ணி. அவர் உங்க எல்லார் மனதையும் புண்படுத்திட்டார் இல்ல?"

"அவன் பேசலை. அவனோட பணத்தேவை பேச வைக்குது. அவன் பங்கு சொத்தைத்தானே பிரிச்சு தரச்சொல்றான். இதெல்லாம் நம்ம மாமனார் முடிவு செய்யவேண்டிய விஷயம். நமக்கு இதுல எந்த சம்பந்தமுமில்ல. நீ அனாவசியமா மனசைப்போட்டு குழப்பிக்க வேண்டாம் சரியா? பிள்ளைதாய்ச்சி பெண் அனாவசியமா கவலைப்படக்கூடாது. அழக்கூடாது. அது குழந்தையை பாதிக்கும். நீ எப்பவும் சந்தோஷமா இரு."

"ராத்திரி நான் அவர்கிட்ட பேசினேன் அண்ணி."

"என்னன்னு?"

"அவர் பண்றது சரியில்லன்னு சொன்னேன். முதல்முறையாக கருவுற்றிருக்கும் நான் இந்த வீட்டை விட்டு, உங்களையெல்லாம் விட்டு பிரிந்து தனியா வர விரும்பலை, இந்த வீட்டில் நான் பாதுகாப்பாக இருப்பதாக உணர்கிறேன். என் குழந்தைக்கு எல்லாரோட அன்பும், அருகாமையும் வேணும்னு சொன்னேன். என் மனதைப் புரிந்துகொண்டார். உன் விருப்பம்போல இங்கயே இருப்போம். நான் இனி யாரிடமும் எதுவும் கேக்க மாட்டேன்னு சொன்னார்."

"ஓ! ரொம்ப சந்தோஷம். நான் சொன்னா மாதிரி உன்னால அவனை உன் வழிக்கு நிச்சயம் கொண்டு வரமுடியும். அவன் மேலும் மேலும் கடன் வாங்காம பார்த்துக்கிட்டாலே போதும். திரையுலகம் முந்தி மாதிரியில்ல. வட்டி, வட்டிக்கு வட்டின்னு நம்மளை தலைகீழா புரட்டி போட்டுடும். இப்போ இங்க ஜெயிப்பது சூதாட்டம் மாதிரிதான். அதிர்ஷ்டமும் வேணும்.

நல்ல படங்கள் நாலு நாள்கூட ஓடாது. ஒன்றுமேயில்லாத படங்கள் பாக்ஸ் ஆபீஸ் ஹிட் ஆகுது. அவன் ஜெயிச்சா நம்மளைவிட யார் சந்தோஷப்படப் போறாங்க? ஆனால் வெற்றியும், தோல்வியும் மாறி மாறி வருவதுதான் திரையுலகம். வெற்றி பெற்றால் ஒரு கூட்டமே சூழ்ந்து நின்று பாராட்டும். அதே கொஞ்சம் சறுக்கினாலும், அவசர உதவிக்குக்கூட யாரும் வரமாட்டாங்க. ஒரே ஒரு சொந்த படம் எடுத்து மொத்த சொத்துக்களையும் இழந்து தெருவுக்கு வந்த எத்தனையோ பேரைத் தெரியும். சந்திரபாபுவும், சாவித்திரியும் எல்லார்க்கும் தெரிஞ்ச உதாரணம். இது அவங்க தாத்தா காலமில்லைன்னு அவன் புரிஞ்சுக்கிட்டா போதும்."

"நாம இப்டி சொன்னா டிஸ்கரேஜ் செய்யறோம்னு கோபப்படுகிறார்."

"போகப்போக தானா புரிஞ்சுக்குவான். நீ இப்போதைக்கு கவனம் செலுத்த வேண்டியது உன் வயிற்று சிசுவின் மீதுதான். கருவுற்ற ஒவ்வொரு அம்மாவும் தன் குழந்தையை கர்ப்பத்திலிருந்தே கவனிச்சு, அன்பு காட்டி, அதுக்கு நல்லவற்றைக் கற்றுக்கொடுக்க ஆரம்பிக்கணும்னு சொல்லுவாங்க. உன் குழந்தை வயிற்றுக்குள் வளர வளர அதோட பேசு. அதுக்கு கதை சொல்லு, தாலாட்டு பாடு. அதைப் பார்க்க எத்தனை உறவுகள் வெளிய காத்துக்கொண்டு இருக்காங்கன்னு சொல்லு."

பெரியண்ணி சொல்ல, மைதிலிக்கு புத்துணர்ச்சி பிறந்தது. வயிற்றை மெல்ல தடவிக்கொண்டாள்.

✳ ✳ ✳

கருவுற்ற மூன்றாம் மாதம் சாம்பிரதாயப்படி பிறந்த வீட்டுக்கு அழைத்துச் சென்றார் அப்பா. பார்த்துப்பார்த்து சமைத்துப் போட்டாள் அம்மா. அக்காக்கள் முடிந்தபோதெல்லாம் இனிப்பு, காரம் என்று எதையேனும் பண்ணி எடுத்துக்கொண்டு வந்து

அவளுக்குக் கொடுத்து, அவளோடு சில மணிநேரம் ஜாலியாக பேசி சிரித்தபடி இருந்துவிட்டுப் போனார்கள். அப்பாவின் முகத்தில் மட்டும் ஏதோ சிந்தனை. அவர் சகஜமாக இருக்க முயற்சிப்பதுபோலத் தோன்றியது.

"என்னாச்சுப்பா எப்பவும் ஏதோ ஒரு யோசனை?"

"ஒண்ணுமில்லையேம்மா."

"அப்டின்னு உங்க வாய்தான் சொல்லுது. ஆனா முகம் அப்டி சொல்லலையே. எங்கிட்ட எதையும் மறைக்காதீங்கப்பா. என்ன கவலைப்பா உங்களுக்கு?"

"ஒரு கவலையும் இல்லம்மா." அப்பா புன்னகைத்தபடி அவள் தலையைத் தடவிக் கொடுத்தார். மைதிலி மேற்கொண்டு அவரிடம் எதுவும் கேட்கவில்லை என்றாலும், அப்பாவைப்பற்றி அம்மாவிடம் கேட்டாள்.

"அப்பாக்கு என்னம்மா பிரச்சனை? ஏன் என்னமோ போல இருக்கார்?"

இவள் கேட்டதும், அம்மாவின் முகத்தில் சட்டென ஒரு மாற்றம். வினாடி நேரம்தான். "அப்டியெல்லாம் ஒன்றுமில்லையே" என்று சிரித்தாள்.

"அம்மா உன் முகம் ஒரு செகண்ட் மாறினதை நா பாத்துட்டேன். தயவுசெய்து சொல்லு. அவருக்கு எதுனா பணப்பிரச்சனையா?"

"அதெல்லாம் இல்ல மைதிலி. பிறந்த வீட்டுக்கு வந்தயா, நல்லா சாப்பிட்டயா, ஒரு மாசம் சந்தோஷமா இருந்தயான்னு இரு."

"அதெப்படிமா இருக்க முடியும்? ஏதோவொரு பிரச்சனை இருக்குன்னு நல்லா தெரியுது. அப்பறம் எப்டி என்னால சந்தோஷமா இருக்கமுடியும்?"

"பிரச்சனை ஒண்ணுமில்லன்னா புரிஞ்சுக்கோ மைதிலி" அம்மாவின் குரலில் கோவமும் சலிப்பும் தெரிய, மைதிலி

மேற்கொண்டு எதுவும் பேசாமல் எழுந்துபோனாள். தன் அறைக்கதவை சார்த்திக்கொண்டு பெரியக்காவிடம் பேசி, அவளிடம் கேட்டாள்.

பெரியக்காவும் ஒருவினாடி மௌனம் சாதிக்க, மைதிலி பொறுமையிழந்தாள். "நீயாவது சொல்லுக்கா. இல்லாட்டா நான் இங்கேர்ந்து கிளம்பிப் போயிடறேன்." கோபத்தில் வெடித்தாள் அவள்.

அத்தியாயம் 9

அவள் கோபப்பட்டதும், சிறிய மௌனத்திற்குப்பின் அக்கா பேசினாள்.

"நீ கவலைப்படும் அளவுக்கெல்லாம் ஒன்றுமில்லை மைதிலி."

"அப்பறம் எதுக்கு எங்கிட்ட மறைக்கறீங்க?"

"சரி சொல்றேன். அப்பாவுக்கு தெரிந்த ஒருவர் அவசரமா பணம் கடனா வேணும்ணு கேக்கறாராம். அவர் கேட்கும் தொகையோ அதிகம். இல்லைன்னு சொல்லவும் முடியல. கொடுப்பதும் கஷ்டம் என்கிற நிலையில் அப்பாவுக்கு ஒரு டென்ஷன். அதான். வேற ஒண்ணுமில்லை."

"முடியாதுன்னா முடியாதுன்னு சொல்ல வேண்டியதுதானே? எதுக்கு தயவு தாட்சண்யம்?"

"அப்பாவைப் பத்தி உனக்குத் தெரியாதா? அவர் யாரையும் மனம் நோகப் பேசுகிறவர் கிடையாது."

"அதுக்காக? நம்மால முடியாத விஷயத்தை செய்ய முடியுமா?"

"அதெல்லாம் அப்பா சமாளிச்சுக்குவார். நீ மேற்கொண்டு இதைப்பத்தி அவர்கிட்ட கேக்கக்கூடாது சரியா? அப்பறம் ஏன் சொன்னன்னு எனக்குதான் திட்டு விழும்."

"நா ஏன் கேட்கப்போறேன்?" மைதிலி போனை வைத்தாள்.

"ஒருமாதம் கழித்து நல்லநாள் பார்த்து, அவளைப் புகுந்த வீட்டில் கொண்டுவந்து விட்டார்கள். அந்த ஒருமாதத்தில் ஒருநாள் கூட அவளைப் பார்க்க வரவில்லை ஆனந்தன். ஒரு போன்கூட செய்து பேசவில்லை. இவள் போன் செய்தபோதும், நான் பிஸியா இருக்கேன்னு உனக்குத் தெரியாதா என்று எரிந்து விழுந்தான்."

அவளைக் கொண்டுவிட்ட அன்றுகூட ஆனந்தன் வீட்டில் இல்லை. அண்ணிகள், அப்பா அம்மா இருவரையும் அன்போடு உபசரித்தார்கள். அவர்களுக்காக விருந்து தயாரித்திருந்தார்கள்.

"ஐந்தாம் மாசம் வளைகாப்பு நடத்திடலாமா?" அப்பா அவள் மாமனாரிடம் கேட்டார்.

"தாராளமா."

"நல்லநாள் குறிச்சுட்டு மண்டபம் புக் பண்ணிடறேன்."

"எதுக்கு மண்டபம் எல்லாம்? வீண் செலவு. இங்க நம்ம வீடே வசதியாதானே இருக்கு. இங்கயே வெச்சுக்குவோம்."

"அதுக்கில்ல... இது நாங்க செய்ய வேண்டிய விசேஷம்."

"அட... நீங்க வேற! இன்னும் உங்க செலவு, எங்க செலவுன்னு சொல்லிக்கிட்டு! ஒண்ணுக்குள்ள ஒண்ணாயிட்டோம். யார் செய்தா என்ன? நீங்க நாள் மட்டும் பாருங்க. இங்கயே கிராண்டா நடத்திடுவோம்."

அப்பா மறுக்கவில்லை. சம்பந்தியின் பெருந்தன்மையில் நெகிழ்ந்து போனார்.

அடுத்த வாரமே நல்லநாள் பார்த்து சொன்னார்.

புகுந்த வீட்டினர் எல்லா ஏற்பாடும் செய்தார்கள். மல்லிகை பூச்சரம், ரோஜாப்பூ மாலைகளுக்குச் சொல்லி, விருந்து சமைப்பவர்களை ஏற்பாடு செய்து, மளிகை சாமான்களுக்கு சொல்லி என்று அண்ணிகளும், ஆனந்தனின் சகோதரர்களும்

ஆளுக்கொரு பொறுப்பை ஏற்க, அண்ணிகள் அவளை அழைத்துக்கொண்டு சென்று அழகான விலை உயர்ந்த பட்டுப்புடவை வாங்கினார்கள். ஆனந்தன் எதிலும் பட்டுக்கொள்ளவில்லை. அவனது பங்காக செலவுக்கு ஒற்றை ரூபாய்கூடக் கொடுக்கவில்லை. இது அவனது குழந்தையின் பொருட்டு நடக்கும் விசேஷம் என்கிற உணர்வுகூட இன்றி ஓடிக்கொண்டிருந்தான்.

"ஏம்பா ஆனந்த், உன் மனைவிக்கு இன்னும் நாலு நாட்களில் வளைகாப்பு. அதற்காவது வீட்டில் இருப்பாயா எப்டி?" மாமனார் அவனிடம் கேட்டுவிட்டார்.

"எவ்ளோ நேரம் நடக்கும்? ஏன்னா படத்தை முடிக்கற சமயம். எனக்கு நிற்க நேரமில்லை."

"அப்போ நாங்க மட்டும் வேலை வெட்டியில்லாம சும்மாவா இருக்கோம்?"

பெரியண்ணன் கேட்டதும், "நா அப்டி சொல்லலையே. நீங்கதான் பார்த்துக்கிட்டு இருக்கீங்கல்ல? சினிமா எடுக்கற கஷ்டம் தெரியாதா உங்களுக்கு?"

"வருஷத்துக்கு நாலஞ்சு படம் எடுத்து ரிலீஸ் பண்ணின எங்கப்பாவே வீட்டுல நடக்கற விசேஷங்களை ஒருபோதும் விட்டுக் கொடுத்ததில்லை. இது உன்னோட விசேஷம் சொல்லிட்டேன்."

"சரிப்பா வளைகாப்பு முடியும்வரை நான் இருக்கேன் போதுமா?"

அதேபோல வளைகாப்பன்று வீட்டிலிருந்தான். எல்லோரிடமும் சகஜமாகப் பேசினான். வந்தவர்களை வரவேற்றான். வளைகாப்பு களஜோராக நடந்தது. சம்பந்தி வீட்டினரின் பெருந்தன்மையான குணத்திற்காகவே அப்பா மிகவும் சந்தோஷத்தோடு பெட்டி பெட்டியாக கண்ணாடி வளையல்களும், இதர சீர் வரிசைகளும் குறைவின்றி

செய்தார். ஆறு சவரனில் காத்திரமாக அவளுக்கு ஒரு ஜோடி அழகான தங்க வளையலும் வாங்கியிருந்தார். அக்காக்கள் ஆசை ஆசையாக தங்கள் வகையாகவும் ஏதேதோ வாங்கி வந்திருந்தனர். எல்லோர் முகத்திலும் பூரிப்பு. கடவுளே... என்னைச்சுற்றி எல்லோரும் எத்தனை நல்லவர்கள்! மைதிலி மனம் நெகிழ்ந்து உருகினாள்.

வளைகாப்பு முடிந்த சிறிது நேரத்திலேயே, ''நா போய்ட்டு வந்து சாப்பிட்டுக்கறேன்'' என்று கிளம்பிச் சென்றுவிட்டான் ஆனந்த்.

அதோடு நள்ளிரவுதான் திரும்பினான். நன்கு குடித்திருந்தான்.

✳ ✳ ✳

செப்டம்பர் 1986

பிரசவ வலியெடுத்ததும், அப்பா அவளை மருத்துவமனையில் சேர்த்துவிட்டு, சம்பந்தி வீட்டிற்கு போன் செய்து விஷயத்தைச் சொன்னதுமே அண்ணிகள் ஓடிவந்துவிட்டார்கள்.

ரோஜா நிறத்தில் பஞ்சுப்பொதியாக மாயா குட்டி பிறந்தாள். பிறந்த குழந்தையைப் பார்க்க வரவும் நேரமில்லை ஆனந்தனுக்கு. சில சந்தோஷங்கள் திரும்பக் கிடைக்காதென்று ஏனோ அவனுக்குப் புரியவில்லை. போஸ்ட் புரொடக்ஷன் வேலைகள் அது இதுவென்று ஒருவாரம் கழித்துதான் வந்து குழந்தையைப் பார்த்தான்.

மாயாக்குட்டி பிறந்த இரண்டாவது மாதம் ஆனந்தனின் படம் தியேட்டர்களில் ரிலீஸாயிற்று. அதற்கு சில தினங்கள் முன்பு வீட்டினர் எல்லோரும் பிரிவியூ தியேட்டரில் படம் பார்க்க ஏற்பாடு செய்தான். மைதிலியையும் அவளது பிறந்த வீட்டிலிருந்து அழைத்துச்சென்றான். அம்மாவிடம் குழந்தையை விட்டுவிட்டு மைதிலி அவனோடு சென்றாள்.

"அப்பா அம்மாவையும் கூப்பிட்டிருக்கலாமே."

"நாளை மறுநாள் உங்க குடும்பம் முழுக்க படம் பார்க்க ஏற்பாடு செய்யறேன். இப்போ அவங்களைக் கூப்பிட்டா குழந்தையை யார் பார்த்துக்கொள்வது?"

அவள் பதில் பேசவில்லை.

படம் வீட்டினர் எல்லோருக்கும் பிடித்திருந்தது. பிரிவியூ காட்சிக்கு வந்திருந்த பல்வேறு பிரபலங்களும் ஆனந்தனின் கரம் குலுக்கி பாராட்டிச் சென்றனர்.

தியேட்டர்களிலிருந்து நல்ல தகவல்கள் வந்தன.

நாலா பக்கமிருந்தும் நல்ல வரவேற்பு. மினிமம் பட்ஜெட்டில் எடுக்கப்பட்ட தரமான படமென பத்திரிகைகளில் நல்ல விமர்சனம் எழுதி பாராட்டினர். ஆனந்த் நல்ல தயாரிப்பாளரோடு, நல்ல இயக்குனராகவும் அவதரித்திருப்பதாகவும், பலரும் கொம்பு சீவி விட ஆனந்தனைக் கையிலேயே பிடிக்க முடியவில்லை. அவனது போன் தொடர்ந்து ஒலித்துக் கொண்டிருந்தது.

மூன்றாம் மாதம் குழந்தைக்கு தங்கத்தில் செயின், வளையல், அரைஞாண் எல்லாம் போட்டு இனிப்புகள் செய்து எடுத்துக்கொண்டு அவளையும், குழந்தையையும் சீர் வரிசைகளோடு புகுந்த வீட்டில் கொண்டு வந்து விட்டார்கள் அப்பாவும் அம்மாவும்.

அதன் பிறகு ஒருநாள் குடும்பத்தினர் அனைவரையும் ஐந்து நட்சத்திர ஹோட்டலில் விருந்துக்கு அழைத்துச் சென்றான். மாயாக்குட்டியை கையில் வைத்துக்கொண்டு ஆசைதீரக் கொஞ்சினான். என் பெண் பிறந்த நேரம் நான் ஜெயிச்சுட்டேன் என்று மகிழ்ந்தான். ரொம்பநாள் கழித்து சந்தோஷமாக உணவை ரசித்து உண்டான்.

வீட்டிற்கு திரும்பி வருகையில் அவனிடம் அவன் அப்பா கேட்டார்.

"இந்த படத்திற்காக மொத்தமா வாங்கிய கடன் எவ்ளோ ஆனந்த்?"

"நீங்க கொடுத்தது போக சிறுகச் சிறுக வாங்கினது பத்துகோடிவரை இருக்கும்."

"படம் நல்லா வந்திருக்கு. சந்தோஷம். படத்தில் வேலை செய்தவர்கள் எல்லோருக்கும் ஊதியம் செட்டில் செய்து விட்டாயா?"

"எல்லார்க்கும் பைசா பாக்கியில்லாம கொடுத்துட்டேன்பா."

"முதல் வார வசூலிலேயே நீ போட்ட பணம் வந்திருக்கும். இனி வருவதெல்லாம் லாபம்தானே? உன்னுடைய கடன்களை முதலில் அடைத்துவிடு. இல்லன்னா வட்டி ஆளை முழுங்கிடும். சரியா?"

"சரிப்பா."

"முதன்முறை வெற்றியை ருசி காண்பவன் அந்த ருசிக்கு அடிமையாய்டுவான். இன்னும் பல வெற்றிகளுக்கு ஆசைப்படுவான். அதில் தவறில்லை. ஆனால் எப்பவும் அகலக்கால் வைக்காதே. உன் சக்திக்கேற்ப செலவுகளைச் செய்ய பழக்கிக்கொள். உன் தாத்தாவின் வெற்றிக்கு இதுவே காரணம். அதேநேரம் வெற்றியும் சரி, தோல்வியும் சரி நிரந்தரமில்லை. தொடர்ந்து வெற்றிகளைக் கண்டவர்தான் எங்கப்பா. ஆனாலும் கால மாற்றங்கள், ரசனை மாற்றங்கள், முதுமை எல்லாமா சேர்ந்து அவரையும் இந்தத் துறையிலிருந்து விலகி ஓய்வுபெற வைத்தது. கடைசியாக அவர் எடுத்த இரண்டு படங்களும் தோல்வியடைந்ததுமே, இனி படம் எடுப்பதில்லை என்ற முடிவுக்கு வந்துவிட்டார். இதுவரை சம்பாதித்த புகழ், பணம், சொத்துக்கள் இவற்றைக் காப்பாற்றிக்கொள்வதே புத்திசாலித்தனம் என எண்ணினார். அப்படியொரு முடிவை எடுத்ததால்தான் இன்று நாம் நன்றாக இருக்கிறோம். இதையெல்லாம் எதுக்கு சொல்றேன்னா இனி நீ எடுத்து வைக்கும் ஒவ்வொரு அடியையும் மிகவும் ஜாக்கிரதையாக எடுத்து வைக்க வேண்டும்

என்பதற்காகத்தான். உன் செயல்களால் உன் குடும்பம் ஒருபோதும் பாதிக்கப்படக் கூடாது. புரிந்ததா?''

ஆனந்த் அனிச்சையாகத் தலையசைத்தான். சந்தோஷமான ஒரு மனநிலையில் இருக்கும்போது எதற்கு இத்தனை நீண்டதொரு அறிவுரை என்ற சலிப்பேற்பட்டது. கடன்களை அடைத்துவிடு என்று சொன்னது அவர் கொடுத்த பணத்திற்கும் சேர்த்துதானா? அதற்குத்தான் இத்தனை பெரிய உபதேசமா? அவன் தன் கோபத்தை சிரமப்பட்டு அடக்கிக்கொண்டான்.

எரிகிற தீயில் எண்ணெய் விடுவதுபோல் இரவு படுக்கையில் அதே விஷயத்தை அவனிடம் பேசினாள் மைதிலி.

''மாமா சொன்ன ஒவ்வொரு வார்த்தையும் உண்மை. வாங்கின கடன்களை முதலில் அடைச்சுட்டாலே பாதி நிம்மதி ஆகிடுவோம். நானும் படித்தவள்தான். நா வேணா உங்க கணக்கு வழக்குகளைப் பார்த்துக் கொள்ளட்டுமா?''

''நான் உங்கிட்ட ஏதாவது அட்வைஸ் கேட்டேனா? மனைவியா லட்சணமா வீட்டையும், குழந்தையையும் நீ ஒழுங்கா பாத்துக்கிட்டாலே போதும். கணக்கு வழக்கைப்பற்றி நீ ஒண்ணும் கவலைப்பட வேணாம் சரியா?''

''அதுக்கில்ல... எனக்கும் பொழுது போகுமேன்னுதான்.''

''பொழுது போகலன்னா அண்ணிங்க கூட உக்காந்து தாயக்கட்டம் விளையாடு. இனிமே கணக்கு வழக்குன்னு ஆரம்பிச்ச... கெட்ட கோபம் வரும். யார் இப்டியெல்லாம் உங்கிட்ட தூண்டி விடறது? உங்கப்பாவா?''

''அப்பாவை ஏன் இதுல இழுக்கறீங்க?''

''இழுக்காம பின்ன? அவருக்கு பயம்...''

''என்ன பயம்?''

''அ...அதெல்லாம் ஒண்ணுமில்ல. ஏதோ பயம். யாருக்கு தெரியும்? எனக்கு தூக்கம் வருது.'' அவன் திரும்பிப் படுத்தான்.

மைதிலி அவனையே வெறித்துப் பார்த்தாள். உன் அப்பாவுக்கு பயம் என்று ஏன் சொன்னான்? அது வாய் தவறி வந்த வார்த்தையாகத் தெரியவில்லையே.

அவள் புரண்டு புரண்டு படுத்தாள்.

அத்தியாயம் 10

ஏப்ரல் 1991

உணவுக்கூடத்தை சுத்தம் செய்து கொண்டிருந்தவர்களுக்கு உதவிபுரிந்து கொண்டிருந்த மைதிலியை சாரதாம்மா அழைப்பதாக ஒருவர் வந்து சொல்ல, மைதிலி தன் கையிலிருந்த துடைப்பானை ஒரு ஓரமாக சாய்த்து வைத்துவிட்டு சாரதாம்மாவின் அறை நோக்கிச் சென்று, அறைக்குள் நுழைந்ததும் ஒருவினாடி திகைத்து நின்றாள். சாரதாம்மாவுக்கு எதிரே அமர்ந்திருந்தது பெரியக்கா சாவித்திரி.

"அக்கா...!"

அக்கா திரும்பினாள். உடனே எழுந்து வந்து அவளை அணைத்துக் கொண்டாள்.

"உன்னை தொந்தரவு பண்ண வரல. உங்கிட்ட ஒரு சமாச்சாரம் கொடுத்துட்டு போகலாம்னு வந்தேன்."

"என்னக்கா?"

அக்கா தன் கைப்பையைத் திறந்து கவர் ஒன்றை எடுத்து அவளிடம் நீட்டினாள். கவரில் தேசீயமயமாக்கப்பட்ட வங்கி ஒன்றின் முத்திரை இடப்பட்டிருந்தது. அதைப் பார்த்ததுமே மைதிலியின் முகம் மலர்ந்தது.

அக்காவின் காலைத் தொட்டு வணங்கிய பின், அதை உடனே பிரித்தாள். மிகப்பெரிய வங்கி ஒன்றில் அவளுக்கு பணி

நியமனம் செய்யப்பட்டிருந்த ஆணை அது. கும்பகோணம் கிளையில் அவளைப் பணியேற்கக் கூறியிருந்தார்கள்.

கண்கள் கலங்க அக்காவின் தோளில் சாய்ந்தாள்.

"தேங்க்யூக்கா."

"இதுக்கெல்லாம் எதுக்கு நன்றி? நீ சொன்னாற்போல் என் வீட்டுக்கு வந்தது. உனக்கு போன் பண்ணலாம்னுதான் நினைச்சேன். ஆனா உன்னை நேரில் பார்த்தாப்போலவும் இருக்கும் என்பதால் இதை நேரிலேயே உங்கிட்ட கொடுத்துடலாம்னுதான் நானே கிளம்பி வந்துட்டேன். நல்லகாலம் தமிழ் நாட்டிற்குள்ளேயே போஸ்டிங் போட்டிருக்கு. அதுவும் கும்பகோணத்தில் போட்டது நல்லதாகப் போச்சு. என் கணவரோட பாட்டி வீடு அங்க சும்மா பூட்டிதான் வெச்சிருக்கு. உன்னை அந்த வீட்டில் குடி வெச்சுட்டு உன்னோட இரண்டு நாள் இருந்துட்டு போகலாம்னுதான் நானே காரை எடுத்துக்கிட்டு நேரா வந்தேன். நான் மேடமிடம் பேசிட்டேன். நீ எல்லாவற்றையும் எடுத்து வைத்துக்கொள். நாலு மணிவாக்கில் நாம கிளம்பலாம்."

மைதிலியால் நம்பவே முடியவில்லை. இதெல்லாம் கனவா, நனவா என்று வியந்தாள். கடவுள் மனது வைத்தால், ஒரு நொடியில் காட்சிகள் மாறும் போலும். கண்டிப்பாக வங்கித் தேர்வில் தான் தேர்ச்சி பெற்றுவிடுவோம் என்று அவள் சந்தேகமின்றி நம்பினாள். அதுவும் கோவில் நகரமான கும்பகோணத்தில் பணியிடம் கிடைத்தது கொடுப்பினை என்றுதான் சொல்ல வேண்டும்.

மைதிலி சாரதாம்மாவிடம் பணி நியமன ஆணையைக் கொடுத்து வணங்கினாள்.

"ரொம்ப சந்தோஷம் மைதிலி. எங்க இருந்தாலும் நல்லாயிரு."

"அய்யா இப்போ வீட்டில் இருப்பாரா?"

"நீ முதலில் உன் பொருட்களை எடுத்து வைத்துக்கொள். மதிய உணவு ரெடியாகிடும். எல்லாரும் இருந்து சாப்பிட்டுவிட்டே கிளம்பலாம். அதுக்குப்பிறகு ஐயாவைப் பார்த்து பேசிட்டு, அவரது ஆசியோடு நீங்க கிளம்பலாம்."

சாரதாம்மா வெளியில் செல்ல, மைதிலி, அக்காவை அழைத்துக்கொண்டு தனது இருப்பிடத்திற்கு வந்தாள்.

"எந்த ஒரு திட்டமிடலும் இல்லாமதான் நான் வீட்டைவிட்டுக் கிளம்பினேன். ஆனால் தெய்வம் என்னை மிகவும் பாதுகாப்பான இடத்தில் கொண்டு சேர்த்தது. பிறந்த வீட்டிலிருப்பது போல ஒரு பாதுகாப்பான உணர்வை இந்த இல்லம் எனக்குத் தந்தது. அம்மா அப்பா எப்டியிருக்காங்க அக்கா? நீ இங்க வந்திருப்பது...?"

"யாருக்கும் தெரியாது. நீ கும்பகோணம் வீட்டில் தங்கப்போவதும் யாருக்கும் தெரியாது." அக்கா தூங்கிக்கொண்டிருந்த குழந்தை ரிஷியை அன்போடு பார்த்தாள். பிறகு மைதிலிக்கு துணிமணிகளை மடித்து வைப்பதில் உதவினாள்.

"அம்மா அப்பாவுக்கு என் மேல கோபம் இருக்குதானே?"

"கோபமில்லை, வருத்தம். எந்தவொரு தாய் தந்தைக்கும் ஏற்படும் அதிர்ச்சியும் வருத்தமும்தான் அது. நீ ஒருமுறை கூட எங்கள் யாரிடமும் உன் கணவனைப் பற்றி ஒரு சிறிய குறைகூட சொன்னதில்லை. நீ கஷ்டப்படுவதாகவும் காட்டிக்கொண்டதில்லை. இருந்தாலும் நீ அவரோடு நிம்மதியாக இல்லை என்பதை சில விஷயங்களைக் கொண்டு நாங்களாகவே புரிந்துகொள்ளத்தான் செய்தோம். ஆனால் எந்தவிதத்தில் உனக்கு உதவ முடியுமென்றுதான் எங்களுக்குப் புரியவில்லை. இதை வெறும் கணவன் மனைவி பிரச்சனைதான், விரைவில் தானாக சரியாகிவிடுமென்று எடுத்துக்கொள்வதா? நீ எதுவும் சொல்லாத நிலையில், அதற்குள் நாங்கள் மூக்கை நுழைப்பது சரியாக இருக்குமா? என்ற தயக்கத்திலேயே நாங்களும்

இருந்துவிட்டோம். இப்பவும் நீ வீட்டைவிட்டு யாருக்கும் தெரியாமல் கிளம்பும் அளவுக்கு என்ன நடந்தது, உங்கள் இருவருக்குமிடையில் என்ன பிரச்சனை என்று எங்களுக்கு சரியாகத் தெரியவில்லை. ஆனாலும் உன் நன்மைக்காக எதுவும் செய்யக் காத்திருக்கோம் மைதிலி.''

மைதிலி கண்ணீரை அடக்கிக்கொள்ள பிரயத்தனப்பட்டாள். கண்கள் பளபளக்க அக்காவைப் பார்த்து புன்னகைத்தாள்.

''பாதை தெரியாத கானகத்தில் தன்னந்தனியே சிக்கிக்கொண்ட ஒருத்தி யாருடைய தயவுமின்றிதான் அதிலிருந்து வெளியேற முயற்சிப்பாள். அதைத்தான் நானும் செய்தேன். எனக்காக யாரும் மனதால் வருந்தக்கூடாதுன்னும் நினைச்சேன். இருந்தாலும் நீங்க போலீஸ் அது இதுன்னு போய்டக் கூடாதுன்னுதான் உனக்கு மட்டும் ஒரு கடிதம் எழுதினேன். மத்தவங்களை நீ சமாளித்துக்கொள்வாய் என்று எனக்குத் தெரியும்.''

''அப்பா ரொம்பவே பயந்துதான் போயிட்டார். உன் மாமனார் வீட்டில் எல்லாரும் ரொம்பவே நல்லவங்கதான் என்பதாலும், அவங்களுக்கும் இதைப்பற்றி எதுவும் சரியாகத் தெரியவில்லை என்பதாலும் போலீசுக்குப் போகவும் முடியாத நிலை. அப்பாக்கு போன் செய்து பேசி உங்க பொண்ணு அங்க வந்திருக்காளா என்று ஆனந்தன் கேட்ட பிறகுதான் எங்களுக்கு நீ வீட்டைவிட்டுப் போன விஷயமே தெரியும். ஆனந்தனிடம் கேட்டால், உங்க பெண் ஏன் போனா, எங்க போனான்னு எனக்கென்ன தெரியும்னு பதில் சொன்னார். நல்லகாலம் எனக்கு உன் கடிதம் வந்தது. அதை அப்பாவிடமும், உங்க அண்ணியிடமும் சொன்னேன். ஏதோவொரு இடத்தில் நீ நல்லாயிருக்கன்னு தெரிஞ்சதும் அவங்க சமாதானமாயிட்டாங்க. எல்லார்க்கும் ஆனந்தின் மேலதான் கோபம்.''

சாப்பாட்டு மணி அடிக்க, மைதிலி சாவித்திரியக்காவை அழைத்துக்கொண்டு உணவுக்கூடம் நோக்கிச்சென்றாள். அக்காவை மற்றவர்களுக்கு அறிமுகப்படுத்தினாள்.

மூன்றுமணிவாக்கில் மாயா குட்டியும் வந்துவிட, பெரியம்மாவைப் பார்த்ததும் ஓடிப்போய் கட்டிக்கொண்டது குழந்தை.

பிறகு அக்காவின் காரிலேயே ஜம்புலிங்கம் அய்யாவின் வீட்டிற்குச் சென்றார்கள். பணி நியமன உத்தரவை அவரிடம் கொடுத்து காலில் விழுந்து வணங்கினாள் மைதிலி.

"ரொம்ப சந்தோஷம்மா. நல்லார்க்கணும். நேரம் கிடைக்கும்போது வந்துட்டு போ. முடியறப்போ போன் பண்ணு."

"தெய்வம் மாதிரி வந்து என் தங்கைக்கு அடைக்கலம் கொடுத்து பார்த்துக்கிட்டீங்கய்யா. உங்களுக்கு எப்படி நன்றி சொல்றதுன்னு தெரியலை."

அவர் வானை நோக்கி கையைக்காட்டி எல்லாம் அவன் செயல் என்றார். குழந்தைகள் இருவருக்கும் அழகான பொம்மைகள் கொடுத்து ஆசீர்வதித்தார்.

"என்னுடைய முதல் மாத ஊதியம் இந்த வரலக்ஷ்மி சேவா இல்லத்திற்குதான் அய்யா. இது எனக்கு இன்னொரு தாய்வீடாகி விட்டது. அந்த மழை நாளில் பஸ்ஸில் உங்களை சந்தித்ததும், ஒரு தகப்பனின் பரிவோடு நீங்கள் எனக்கு உதவியதையும், உங்கள் சேவா இல்லத்திலேயே எங்களைத் தங்க வைத்து வயிறு நிறைய அன்னமிட்டு பாதுகாப்பு அளித்ததையும் என் வாழ்நாள் முழுக்க மறக்கமாட்டேன்." மைதிலி குரல் நெகிழ நன்றி தெரிவித்தாள்.

அய்யா வாசல்வரை வந்து வழியனுப்பினார். வரும் வழியில் இனிப்புக்கடை ஒன்றில் சேவா இல்லத்தில் இருப்பவர்களுக்குக் கொடுப்பதற்காக இரண்டு கிலோ இனிப்பும், இரண்டு கிலோ மிக்ஸரும் வாங்கிக்கொண்டாள் அக்கா.

"கிளம்பறயாமே மைதிலி. நீ இங்க இருந்தவரை தினம் எனக்கு முதுகுல எண்ணெய் தேய்ச்சு இதமா உருவி விட்டதை

மறக்கமாட்டேன்." ஒரு முதியவள் அவள் கன்னத்தை வழித்து நெற்றியில் சொடக்கிட்டுக் கொண்டாள்.

"மைதிலி உன்கிட்ட கொஞ்சம் பேசணும்" மீனாக்ஷியம்மா தயங்கித் தயங்கி கேட்டாள்.

"சொல்லுங்கம்மா..." அவளை சற்று தள்ளி அழைத்துச் சென்றாள் மைதிலி.

✳✳✳

வாழ்க்கை விசித்திரமானது. உறவுகள் என்பது வெறும் இரத்த பந்தத்தை வைத்து மட்டும் ஏற்படுவதில்லை. மலையில் உற்பத்தியாகும் நதி எங்கெங்கோ பயணித்து, விழுந்து புரண்டு எங்கோ இருக்கும் கடலோடு சங்கமிக்கிறது. கடலில் தோன்றும் முத்துக்கள் ஏதோ ஒரு பதக்கத்தில் பதிக்கப்பட்டு தெய்வத்திற்கோ, மனிதர்களுக்கோ அணிகலனாகிறது. வாழ்வின் பாதைகள் எப்படிச் செல்லவேண்டுமென்று யாரும் முடிவு செய்வதில்லை. அது போகிறபோக்கில்தான் மனிதன் பயணிக்கிறான் என்று தோன்றியது மைதிலிக்கு. இரத்த உறவுகள் சுயநலமாய் மாறும்போது, அன்பைத் தேடியலையும் மனசு மற்ற யாரையோ உறவாக்கிக் கொள்கிறது.

மீனாக்ஷியம்மாவின் மனசும் அன்பைத் தேடித்தான் அலைந்தது.

"நான் வரமுடியாதுன்னு சொல்லியும் பையன் விடமாட்டேன்றான். அடுத்தவாரம் அவன் வந்து கூட்டிட்டு போறானாம். எனக்குப் போகப்பிடிக்கல. செலவுக்கு பயந்து அம்மா என்கிற உரிமையில், தாய்மையைக்கூட மிஸ்யூஸ் செய்ய நினைப்பவனை என்ன சொல்ல? சம்பளமில்லாத ஒரு ஆயாவாத்தான் என்னைக் கூட்டிட்டு போகப்போறான். மொழி தெரியாத ஊரில், அவன் வீட்டுக்குள் அவங்களுக்கு சமைச்சுப்போட்டு, வீட்டுக்காரியங்கள் செய்துகொண்டு, குழந்தையைப் பார்த்துக்கொண்டு ஒரு கொத்தடிமை

மாதிரியிருக்க எனக்குப் பிடிக்கலை. என் உயிர் போனா இந்த மண்ணில்தான் போகணும். எனக்கு விருப்பமில்லை. நீ இங்க வராதேன்னு நான் எவ்ளோ சொல்லியும் கேக்காம கிளம்பி வரான் என் பையன். அவன் வரும் சமயம் நான் இங்க இருக்க விரும்பலை. நீ ஒருவார்த்தை சரின்னு சொன்னால் நான் உன்னோடு வரத் தயாராயிருக்கேன். உன் குழந்தைகளை என் சொந்த பேரக்குழந்தைகளா நினைச்சு தங்கம்போலப் பார்த்துக்கொள்கிறேன். நிச்சயம் உனக்கு எந்தவிதத்திலும் நான் பாரமாக இருக்கமாட்டேன். புது வீடும், அக்கம்பக்கமுள்ள மனிதர்களும் உனக்கு பழகும்வரை உங்களுக்குத் துணையாக ஒரு ஐந்தாறு மாசம் இருக்கேன். என்னைக் காணாமல் என் பையன் திரும்பிப் போனபிறகு மறுபடியும் இங்கயே திரும்பி வந்துடறேன். இதுகுறித்து ஐம்புலிங்கத்திடமும், சாரதாம்மாவிடமும் சொல்லிட்டேன். அவங்களும் கொஞ்சநாளாவது உனக்கொரு துணை தேவைன்னுதான் நினைக்கறாங்க. மைதிலி விரும்பினா போய்ட்டு வாங்க, உங்க பிள்ளை வந்தா நாங்க பாத்துக்கறோம்னு சொல்றாங்க. நீ என்ன சொல்ற மைதிலி?''

மைதிலி நெகிழ்ச்சியோடு மீனாக்ஷியம்மாவை அணைத்துக்கொண்டாள். ''நான் செய்த பாக்கியம் அம்மா. அஞ்சாறு மாசமென்ன, நீங்க விரும்பும்வரை எங்களோடு இருங்க.''

அடுத்த அரைமணி நேரத்தில் சாவித்திரியக்காவின் கார் அவர்களை ஏற்றிக்கொண்டு கும்பகோணம் நோக்கிச்சென்றது.

அத்தியாயம் 11

எங்கு திரும்பினாலும் கோவில்கள். கார் மாமாங்குளத்தைக் கடந்து வலப்புறமாகத் திரும்பி, காசி விஸ்வநாதர் கோவிலை அடுத்து ஒரு தெருவில் நுழைந்து, ஒரு பாரம்பரியமான வீட்டின் முன்பு நின்றது. வாசலின் இருபுறமும் திண்ணைகள். முன்புறமாக நாட்டு ஓடுகள் இறங்கிய இரண்டடுக்கு வீடு. அக்கா புறப்படுவதற்கு முன்பு இங்குள்ள உறவினர் யாரிடமோ சொல்லி வீடு முழுக்க சுத்தம் செய்யச் சொல்லியிருந்ததாகக் கூறினாள்.

வாசற் திண்ணையைத்தாண்டி உள்ளே சென்றதும் ஒரு பெரிய முற்றம். அதன் ஒருபுறம் பெரிய கூடம். கூடத்தை ஒட்டி ஒரு படுக்கையறை. கூடத்தைக் கடந்து சென்றால் மற்றொரு பெரிய கூடம். அதன் ஒரு பகுதியில் பெரிய சமையலறை. அதையும் கடந்து சென்றால் கொல்லைப்புறம். ஆள் புழக்கம் இல்லாததால் மரங்களும், செடிகளும் புதராக வளர்ந்திருக்க, நடுவே ஒரு கிணறும் இருந்தது.

"மோட்டார் போட்டிருப்பதால் எல்லா இடத்திலும் பைப் கனெக்ஷன் குடுத்திருக்கு. கீழ பாத்ரும், டாய்லெட் எல்லாம் பின்னாடி தனித்தனியா இருக்கும். நாங்க வருஷத்துக்கு இரண்டுமுறை குலதெய்வ வழிபாடுக்காகவும், அப்பறம் வெக்கேஷன் சமயத்துல எல்லாம் வந்து இரண்டு மூன்று வாரமும் இருப்போம் இல்லையா? அப்போ ராத்திரி நேரம் கொல்லைக்கதவைத் திறக்க வேண்டாம்னு மாடியில் ஒரு

பெட்ரூமில் அட்டாச்டு பாத்ரூம் கட்டியிருக்கோம். நீங்க மாடிலயே படுத்துக்கலாம். அங்க கட்டில் மெத்தை எல்லாம் இருக்கு. ஜன்னல் வழியா பார்த்தா மாமாங்ககுளம் தெரியும்.'' அக்கா மாடிக்கு அழைத்துச் சென்றாள்.

அவள் சொன்னாற்போல் மாடிப்பகுதியில் இருந்த இரண்டு ஜன்னல்கள் வழியே மாமாங்ககுளம் அழகாகத் தெரிந்தது. மீனாக்ஷியம்மா குளத்தையும், காசி விஸ்வநாதர் கோபுரத்தையும் பார்த்து கன்னத்தில் போட்டுக் கொண்டாள்.

''இவ்ளோ அழகான வீட்டை ஏங்கா பூட்டி வெச்சிருக்க?''

''நாங்க வரும்போதெல்லாம் தங்குவதற்குத் தேவைப்படுதே. தவிர ஃபிரண்ட்ஸ், மற்ற உறவுகள் யாரேனும் இங்க வரும்போது, அவங்க தங்கிச்செல்ல வசதியாக ஒரு சாவியை இங்க ஒரு உறவுக்காரரிடம் கொடுத்திருக்கு. எல்லா கடமைகளும் முடிச்சபிறகு ரிடயர்மென்ட்க்கு அப்பறம் இங்க வந்து விச்ராந்தியா கோவில் குளம்னு செட்டில் ஆகிடணும்னு எங்களுக்கு ஒரு எண்ணமிருக்கு.''

''கடவுள் ஒருபக்கம் கஷ்டம் கொடுத்தாலும், இன்னொரு பக்கம் என்னைச்சுற்றி அன்பான உறவுகளையும் கொடுத்து தேவைப்படும்போது அவங்க மூலமே எனக்கு உதவியும் செய்யறான். வீட்டைவிட்டு கொட்டும் மழையில் குழந்தைகளோட இறங்கினபோது என்னெதிரில் இருட்டான பாதைதான் தெரிஞ்சுது. ஆனாலும் துணிந்து இறங்கிட்டேன். ஆனால் ஜம்புலிங்கம் அய்யா செய்த உதவி, வங்கிப்பணி உத்தரவுக்கடிதம், இப்போ நாங்க தங்குவதற்கு வீட்டைக் கொடுக்கும் நீ என்று தேவைப்படும்போது, என் இருண்ட பாதையில் வெளிச்சத்தையும் காட்டுவதை என்னன்னு சொல்ல?''

குழந்தைகள் முற்றத்துத் தூண்களைச் சுற்றி ஓடி விளையாடிக் கொண்டிருந்தார்கள். மீனாக்ஷியம்மாவும் அவர்கள் பின்னால் ஓடிக்கொண்டிருந்தாள்.

"கிச்சன்ல நாங்க வந்தா சமைச்சு சாப்பிடுவெதற்காக எல்லா வசதியும் பண்ணியிருக்கோம். மளிகை பொருட்கள் மட்டும்தான் வாங்கணும். இன்னிக்கு ராத்திரிக்கு மட்டும் நான் ஹோட்டலில் டிபன் சொல்றேன். நாள் தள்ளிப்போடாம நீ நாளைக்கே வேலையில் சேர்ந்துடு. சர்வீஸ்ல சீனியாரிட்டி முக்கியம்."

அக்கா ஓடிக்கொண்டிருந்த ரிஷியைப் பிடித்து தூக்கிக் கொஞ்சினாள். குழந்தைகளோடு குழந்தையாக, தானும் ஓடிவிளையாடினாள். பிறகு வாசலில் ஏற்கனவே தெரிந்த ஆட்டோக்காரரை அழைத்து அவர் வண்டியில் சென்று இரவுக்கான சிற்றுண்டிகளும், அதோடு ஒரு மாதத்திற்குத் தேவையான அனைத்து மளிகை பொருட்களும் வாங்கி வந்தாள்.

இரவு உணவுக்குப்பின் குழந்தைகள் தூங்க, மீனாக்ஷியம்மாள் அவர்களோடு படுத்துக்கொள்ள, மைதிலியும் சாவித்திரியும் அறைக்கதைவைத் தாளிட்டுவிட்டு பால்கனிக்கு வந்து ஜன்னலோரம் அமர்ந்தார்கள். மாமாங்குளத்து நீரில் மின்விளக்குகளின் ஒளிபட்டு ஜாலம் புரிந்து கொண்டிருந்தது.

"நான் ஒண்ணு சொன்னா கேட்பாயா மைதிலி?"

"என்னக்கா?"

"வேலையில் சேருவெதற்குமுன் அப்பாவிடம் ஒரு வார்த்தை பேசேன்."

"இல்லக்கா, வேணாம்."

"ஏன் மைதிலி. அவர் உன்னைத் திரும்ப ஆனந்தனோட சேர்ந்து வாழுன்னு சொல்லிடப் போறாரேன்னு பயப்படறயா?"

மைதிலி மௌனமாக இருந்தாள்.

"சரி பேசவேணாம். ஆனா வீட்டைவிட்டுக் கிளம்பும் அளவுக்கு அப்படி என்னதான் நடந்தது? எங்கிட்ட சொல்லலாம்னா சொல்லு. என் கணவர் உட்பட யாரிடமும்

நான் சொல்லமாட்டேன். என்னை நீ நூறு சதம் நம்பலாம். ஒரு ஸ்ட்ராங்கான காரணமில்லாம நீ இந்த முடிவை எடுத்திருக்க மாட்டன்னு எனக்குப் புரியுது. அதனால என்னோட சப்போர்ட் எப்பவும் உனக்கிருக்கும். அப்பாவிடம் பேசுவதும், பேசாததும் உன் விருப்பம். நானாக உன்னைப்பத்தி யாரிடமும் எதுவும் சொல்லமாட்டேன்."

மைதிலி அக்காவையே பார்த்தாள். ஜன்னல் வழியே தெரிந்த விஸ்வநாதர் கோவில் கோபுரத்தையும் சில நொடி பார்த்தவள், சரி சொல்றேன்க்கா என்றாள்.

✳✳✳

பிப்ரவரி 1987

காலை ஏழு மணிக்கே கீழே பேச்சுக்குரல் கேட்க, மைதிலி அறையைவிட்டு வெளியில் வந்து எட்டிப்பார்த்தவள், முகம் மலர்ந்தாள். அப்பாதான் வந்திருந்தார். மாமனாருடன் பேசிக்கொண்டிருந்தார்.

மைதிலி குழந்தையோடு கீழே இறங்கி வந்தாள்.

"வாங்கப்பா என்ன இந்த நேரத்தில்? வாக்கிங் போயிட்டு அப்டியே வந்தீங்களா?"

அப்பா ஆசையாக குழந்தையை வாங்கிக் கொஞ்சினார்.

"இல்லம்மா, ஒரு வேலையா இந்தப்பக்கம் வந்தேன். அப்டியே உங்களையெல்லாம் பார்த்துட்டு போகலாம்னு வந்தேன்."

"குடிக்க என்னப்பா தரட்டும்?"

"ஒண்ணும் வேணாம்மா. எங்க மாப்ள வீட்டில் இல்லையா?"

"இருக்கார்ப்பா. இன்னும் எழுந்திருக்கவேயில்ல. இருங்க எழுப்பிட்டு வரேன்."

"வேணாம்மா, தூங்கட்டும்."

"பரவால்லப்பா. நீங்க வந்திருக்கீங்கன்னு சொன்னா எழுந்துடுவார்."

மைதிலி மாடிக்கு வந்தாள்.

"ஏங்க... அப்பா வந்திருக்கார். எழுந்து கீழ வாங்க."

அவன் தூக்கம் கலையாதிருக்க, மீண்டும் எழுப்பினாள்.

"அப்பா வந்திருக்கார் எழுந்து வாங்க."

"எதுக்கு வந்தாராம்?" அவன் எரிச்சலோடு கேட்டான்.

"என்ன கேள்வியிது? பெண்ணுடைய வீட்டுக்கு வருவதற்கு காரணம் வேணுமா? மாப்ள வீட்டுல இல்லையான்னு கேட்டார். அதான் எழுந்து வாங்கன்றேன்."

"நான் வீட்ல இல்லன்னு சொல்ல வேண்டியதுதானே?"

"அதுசரி... அவர் என்ன பேங்க் மேனேஜரா? உங்க கடனைக் கேட்க வந்தாமாதிரி வீட்ல இல்லைன்னு சொல்லச் சொல்றீங்க?"

பேங்க் மேனேஜர் மட்டும்தான் கடன் வசூலிக்க வருவாராக்கும்?

அவன் முணுமுணுத்தபடி எழுந்து செல்ல, அவள் ஒரு வினாடி என்ன சொல்லிட்டு போறார் இவர் என்பதுபோலப் பார்த்துவிட்டு கீழே சென்றாள்.

சற்றுநேரத்தில் கீழே வந்தவன், நல்லார்க்கீங்களா என்றான் மாமனாரைப் பார்த்து.

"நல்லார்க்கேன் மாப்ள."

"இருந்து டிபன் சாப்பிட்டுவிட்டு போங்க. எனக்கு ஒரு முக்கியமான டிஸ்கஷன் இருக்கு. கிளம்பறேன்" என்றபடி எழுந்தான்.

அவர் அவன் போவதையே பார்த்துக் கொண்டிருந்தார். மைதிலிக்கு அவன் அப்பாவை மதிக்காமல் ஒப்புக்கு பேசிவிட்டுச் சென்றது வருத்தமாக இருந்தது. ஏன் இப்படி நடந்துகொள்கிறான் என்று புரியாமல் அப்பாவைக் குற்ற உணர்வோடு பார்த்தாள்.

"நான் கிளம்பறேம்மா. கிளம்பறேன் சம்பந்தி."

"இருங்க டிபன் சாப்ட்டு போலாமே."

"இல்ல வேணாம், வரேன்."

அப்பாவின் நடை தளர்ந்திருப்பதை கவனித்தாள் மைதிலி. ஏனோ அப்பா சும்மா வந்ததாகத் தோன்றவில்லை அவளுக்கு. ஏன் அப்பாவிடம் பேசுவதைத் தவிர்க்கிறான் ஆனந்தன்? அவன் முணுமுணுத்து சென்றபோது காதில் விழுந்தை நினைவுபடுத்திப் பார்த்தாள். "பேங்க் மேனேஜர் மட்டும்தான் கடனைக் கேட்க வருவாராக்கும்?"

ஒருவினாடி சுரீரென்றது. அவள் மனம் பதறிற்று. முன்பொருமுறை அக்கா சொன்ன விஷயம் நினைவுக்கு வந்தது. நெருங்கின நண்பர் ஒருவர் அப்பாவிடம் கடன் கேட்கிறாராம். எப்டி இல்லன்னு சொல்றதுன்னு யோசிக்காறார். அதான் கொஞ்சம் டல்லாக இருக்கார் என்று அவள் கேட்டதற்கு அன்று அக்கா சொன்னதையும், இன்று ஆனந்தன் முணுமுணுத்ததையும் இணைத்துப் பார்த்தாள்...! சந்தேகமேயில்லை. ஆனந்தன் அப்பாவிடம் பணம் பெற்றிருக்கிறான். அதனால்தான் அவரைக் கண்டு ஓடி ஒளிகிறான். சினிமா எடுக்க பணம் பணம் என்று அலைந்து கொண்டிருந்தவன் அவரிடம் எவ்வளவு பணம் வாங்கியிருக்கிறான்? ஏன் திருப்பிக்கொடுக்காமல் அவரை அலைக்கழிக்கிறான்? இது என்ன மாதிரி கடன்? மாப்பிள்ளை என்பதால் அப்பா யாரிடமாவது கடன் வாங்கி அவனுக்குப் பணம் கொடுத்தாரா? அப்படி கொடுத்திருந்தால் வட்டி அவரல்லவா கட்ட வேண்டும்? அல்லது அவனுக்கு பிணைக்

கையெழுத்து போட்டு யாரிடமாவது கடன் பெற உதவினாரா? அவன் அடைக்காத கடனுக்கு அவர்கள் அப்பாவை நெருக்குகிறார்களா?

அவளது கவலையும், பதற்றமும் கூடியது. தன்னால் என்ன செய்ய முடியுமென்று யோசித்தாள். மதியம் இரண்டுமணிவாக்கில் குழந்தையை அண்ணியிடம் விட்டுவிட்டு கடைக்கு போயிட்டு வந்துடறேன் என்று கூறிவிட்டு கிளம்பி நேராக அக்காவின் வங்கிக்குச் சென்று அக்காவை அவளது கேபினில் சந்தித்தாள்.

"என்னடி இந்த நேரத்துல?"

"எனக்கொரு விஷயம் தெரிஞ்சாகணும்க்கா."

"என்ன?"

"அப்பாவிடம் யாரோ பணம் கடனா கேட்டது பற்றி சொன்னயே, அது யார்? அப்பா அவருக்கு பணம் கொடுத்தாரா? கொடுத்தார்னா எவ்ளோ?"

"என்னாச்சு மைதிலி?"

"சொல்லுக்கா பிளீஸ்."

"எனக்கும் சரியா தெரியாது மைதிலி."

"உனக்குத் தெரியும் அக்கா."

"நிஜமாவே..."

"அவர் யாருக்குக் கடன் கொடுத்தார்னு எனக்குத் தெரியும்க்கா. அதை உறுதிசெய்து கொள்ளத்தான் இங்க வந்தேன்."

மைதிலி சொல்ல அக்கா திகைப்போடு பார்த்தாள் அவளை.

அத்தியாயம் 12

அடுத்த படத்திற்கு பூஜை போட நாள் குறித்திருந்தான் ஆனந்தன்.

"கடனை எல்லாம் அடைச்சுட்டயாடா?" மாமனார் கேட்டார்.

"பாதி கடன் அடைத்தாயிற்றுப்பா. ஒரு படம் வெற்றி பெற்றுவிட்டால் உடனே அடுத்த படத்துக்கு பூஜை போட்டாதான் எல்லார்க்கும் ஒரு ஆர்வம் வரும். இல்லன்னா நம்மளை மறந்துடுவாங்க. அதுக்கு பணம் வேணும் இல்ல? மொத்த கடனையும் அடைத்துவிட்டால் திரும்ப கடன்தானே வாங்கணும். இந்தப்படம் நிச்சயம் பாக்ஸ் ஆபீஸ் ஹிட் ஆகும். மொத்தமா எல்லா கடனையும் சீக்கிரமே அடைச்சுடுவேன்." அவருக்கு பதில் சொல்லிவிட்டு மாடிக்கு வந்தவனை வெறித்துப் பார்த்தாள் மைதிலி.

"எங்கப்பாகிட்ட வாங்கின இருபத்தி ஐந்து லட்சத்தை வட்டியோட சேர்த்து எப்போ திருப்பிக்கொடுக்கப் போறீங்க?"

ஆனந்தன் அவளை ஏறிட்டுப் பார்த்தான்.

"சொல்லிட்டாரா? வட்டியோட வாங்கித் தரச்சொல்லி உன்னை தூதுவிட்டிருக்காரா?"

"அப்டியே வெச்சுக்குங்க. அவர் பணத்தை எப்போ திருப்பித் தருவீங்க?"

"ஏன்? இந்த மாப்பிள்ளை கேவலம் ஒரு இருபத்தஞ்சு லட்சத்துக்குக்கூட மதிப்பில்லாதவனா ஆயிட்டேனா?"

"ஓ! அப்டின்னா கேவலம் இருபத்தஞ்சு லட்சம்தானா உங்க மதிப்பு?"

"ஷட்டப்! எங்கப்பாகிட்ட வாங்கின பணத்தைக் கூடத்தான் திருப்பிக்கொடுக்கலை. அவரும் கேக்கல."

"உங்கப்பா அளவுக்கு எங்கப்பா கோடீஸ்வரர் கிடையாது. அவருக்குன்னு இருந்த ஒரே சொத்தே அவரோட வீடு ஒண்ணுதான். அதையும் அடமானம் வெச்சுதான் அவர் உங்களுக்குப் பணம் கொடுத்திருக்கார். அந்தப் பணத்தை நீங்க திருப்பிக் கொடுக்கலன்னா அவர் நடுவீதிக்கு வந்துடுவார்."

"கோடீஸ்வரன் வீட்டு வரன் மட்டும் வேணும் உங்களுக்கு? செலவில்லாம சம்பந்தம் பண்ணிக்குவீங்க. ஆனா அவன் அவசரத்துக்கு பணம் கேட்டா வட்டியோட திருப்பிக் கேட்பீங்க அப்டித்தானே? இதுக்குதான் நம்ம அந்தஸ்துக்கு ஏற்றாற்போல வரன் பார்க்கணும் என்பது."

"ஒரு நிமிஷம்! என் பெண்ணை உங்க பையனுக்கு கட்டி வையுங்கள் என்று என் அப்பா வந்து உங்க வீட்டினரிடம் கேட்கவில்லை. வீடு தேடி வந்து உங்களுக்காக என்னைப் பெண் கேட்டது உங்கள் வீட்டினர்தான்."

"என்ன செய்ய? எங்க வீட்டிலேயே என்னை ஏமாத்திட்டாங்க. ஒரு கண்ணில் வெண்ணை. மறு கண்ணில் சுண்ணாம்பு."

அவன் தன் தவறை மறைக்க, பிறரைப் பழி கூறிக்கொண்டிருந்தான். இப்படிக் கூறுவதன் மூலம் அவளுக்கும், அவள் அப்பாவுக்கும் ஒருவித குற்ற உணர்ச்சியை ஏற்படுத்தி அவனுக்குக் கொடுத்த பணத்தை அவர்கள் திருப்பிக் கேட்கக்கூடாது என்பதை மறைமுகமாக உணர்த்தினான்.

மைதிலி அவனையே பார்த்தாள். குரூரமான சொற்கள் வாழ்வை சிதைக்கும் என்பது அவனுக்குப் புரியவில்லை. இன்றைய வெற்றியின் மிதப்பில் கண்மூடித்தனமாகப் பேசுபவனிடம் இப்போது எது சொன்னாலும் ஏறாது. அதேநேரம் அவனுக்காக அப்பாவைக் கடனாளியாக்குவது நியாயமேயில்லை. அவள் நிறைய யோசித்தாள்.

பிறகு வீட்டில் ஒருவருமில்லாத நேரமாகப் பார்த்து மாமனாரிடம் பேசினாள்.

"உங்க அளவுக்கு எங்களுக்கு பணம், அந்தஸ்து எல்லாம் கிடையாது மாமா."

"திடீர்னு என்னம்மா அந்தஸ்து பத்தி பேசற?"

"பேச வெச்சுட்டாரே உங்க பிள்ளை. இந்த சினிமா எடுக்க உங்க பிள்ளை எங்கப்பாவிடமும் இருபத்தஞ்சு லட்சம் பணம் வாங்கியிருக்கார். இருக்கற ஒரே ஒரு சொத்தான வீட்டையும் அடமானம் வெச்சு எங்கப்பா அவருக்குக் கடன் கொடுத்திருக்கார். அதுக்கான வட்டிகூட இவர் கொடுக்கறதில்லை. அசலும் வட்டியுமா சேர்ந்திருக்கு. அவ்ளோ பணத்தைக் கொடுத்து வீட்டை மீக்க எங்கப்பா எங்க போவார்? உங்க பிள்ளையிடம் இதுபத்தி பேசினா சாதாரண இடத்தில் பெண் எடுத்து அவருக்கு கட்டி வெச்சு அவரை நீங்கல்லாம் ஏமாத்திட்டதா சொல்றார். எனக்கென்னமோ நீங்க வாங்காத வரதட்சணையை உங்க பிள்ளை இப்படி திட்டம் போட்டு வாங்கியிருக்காரோ என்ற சந்தேகம் ஏற்படுகிறது. வேற வழியில்லாமதான் உங்ககிட்ட நீதி கேட்டு நிக்கறேன்."

மாமனார் திகைத்தாற்போல் அவளைப் பார்த்தார்.

"கடவுளே... கொடுப்பதற்கு முன் என்னை ஒரு வார்த்தை கேட்டிருந்தா அப்பவே நான் இதைத் தடுத்திருப்பேனே."

"எனக்கே இப்போதானே தெரியும். இப்பவும்கூட அப்பா சொல்லி தெரிஞ்சுக்கல. ஒருசில விஷயங்களால் எனக்கேற்பட்ட

சந்தேகங்களினால் நானாக என் அக்காவிடம் கேட்டு உறுதி செய்துகொண்டு பின்னர் உங்க மகனிடம் கேட்டதற்குதான் இத்தனை பேச்சு. இதை அவர் வெறும் கடனா மட்டும் வாங்கியிருந்தா இந்நேரம் அதைத் திருப்பிக் கொடுத்திருப்பார். ஆனால் அவருக்கு திருப்பிக்கொடுக்கும் எண்ணமிருப்பதாகத் தெரியவில்லை. அதைப்பத்தி கேட்டா, அந்தஸ்துக்கு குறைஞ்ச இடத்தில் பெண் எடுத்தது தப்புன்றார். அதுக்கென்ன அர்த்தம்? அப்போ கிடைக்காத வரதட்சிணையை இப்டி வாங்கிக்கொண்டார் போலதானே? அவர் அந்தப் பணத்தை உடனே திருப்பிக் கொடுக்கலையென்றால், நான் அவர் மீது வரதட்சினை புகார் கொடுக்கவும் தயங்கமாட்டேன். இது புருஷன் பெண்டாட்டி பிரச்சனையா மட்டும் இருந்திருந்தா நாலு அறைக்குள்ள இதைத் தீர்த்துக் கொண்டிருப்பேன். ஆனா இது இரண்டு குடும்பத்திற்குள்ளான பிரச்சனை என்பதால்தான் உங்ககிட்ட வந்திருக்கேன். நா என்ன செய்யட்டும் மாமா?"

"உன் வேதனை புரியுதுமா. நானே இதுபத்தி அவனிடம் பேசறேன். உங்கப்பாவோட வீட்டை எப்டியாவது மீட்டுடலாம் சரியா? அதுக்கு நான் பொறுப்பு."

"உங்களைத்தான் நம்பியிருக்கேன் மாமா."

✳ ✳ ✳

"**வாங்க** சம்பந்தி... வாங்க வாங்க..."

"எப்டியிருக்கீங்க...?"

"நல்லார்க்கோம், உக்காருங்க. காப்பி கொண்டுவரச் சொல்றேன். டிபன் ரெடியாயிட்டு இருக்கு."

"அதெல்லாம் ஒண்ணும் வேணாம். காப்பி மட்டும் போதும். நீங்க உக்காருங்க."

"மாப்பிள்ளை அடுத்த படத்துக்கு பூஜை போட்டுட்டார்னு பேப்பரில் படிச்சேன். ரொம்ப சந்தோஷம். உங்க தாத்தாவைப்போல பேரும் புகழும் அடையட்டும்."

"மற்ற விஷயங்களிலும் என் தாத்தாவைப்போல இருந்தா ரொம்ப சந்தோஷம். என் தாத்தா நிறைய நற்காரியங்கள் பண்ணியிருக்கார். நிறைய ஆதரவற்ற குழந்தைகளைப் படிக்க வைத்தார். ஆதரவில்லா முதியோர்களுக்கு விடுதிகள் கட்டினார். இன்னமும்கூட அவை இயங்கிக் கொண்டிருக்கிறது. முக்கியமா அவர் யாரையும் ஏமாற்றியதில்லை."

"காப்பி வந்துடுச்சு குடிங்க சம்பந்தி."

"கடனை அடைத்துவிட்டு காப்பி குடிக்கறேனே."

மைதிலியின் அப்பாவுடைய முகம் மாறியது. ஒன்றும் புரியாமல் விழித்தார்.

ஆனந்தனின் அப்பா தன் கையிலிருந்த பிரீஃப்கேசைத் திறந்தார். உள்ளிருந்து ஒரு கவரை எடுத்து நீட்டினார். "இதுல ஐம்பது லட்சமிருக்கு. உடனே வங்கி கடனை அடைச்சுட்டு வீட்டுப்பத்திரத்தைத் திருப்பி வாங்கிடுங்க" என்று சொல்லிவிட்டு காப்பியை எடுத்து ஆற்றிக் குடித்தார்.

மைதிலியின் அப்பா திகைத்துப்போய் அமர்ந்திருந்தார். "சம்பந்தி... நான் எதுவும்..."

"நீங்க எதுவும் கேக்கலை. யாரிடமும் எதுவும் சொல்லலை. இப்போ நான் உங்ககிட்ட இந்தப் பணம் கொடுத்ததும் ஆனந்தன் உட்பட யாருக்கும் தெரியவேண்டாம். முக்கியமா உங்க பெண்களுக்கு. ஒருவேளை அவன் பணத்தை வட்டியோடயோ, வட்டியில்லாமயோ திருப்பிக் கொடுத்தா, அதை வாங்கி எங்கிட்ட கொடுங்க. அவன் கொடுக்கவேயில்லைன்னாலும் கவலைப்பட வேண்டாம். என் பிள்ளை செய்யும் தவறுகளை நாந்தானே சரிசெய்யணும்."

"இல்ல... உங்களுக்கெப்படி இது...?"

"நீங்க கொடுத்தது தெரியாது. ஆனா அன்னிக்கு நீங்க என் வீட்டுக்கு வந்துட்டு போனீர்களே. அன்று உங்க முகத்தில் படிந்திருந்த குழப்பமும், கவலையும் என்னை யோசிக்க

வெச்சுது. என் யூகம் சரியாச்சு. இதுக்குமேல ரொம்ப யோசித்து குழப்பிக்க வேண்டாம். அப்பறம் ஒரே ஒரு வேண்டுகோள். மாப்பிள்ளை என்பவன் மகன் போலதான். அவனிடம் பயமோ, தர்மசங்கடமோ தேவையில்லை. நம்ம சக்திக்கு மீறி யாருக்கும் உதவிசெய்யக் கூடாது. இனிமேல் எனக்குத் தெரியாம அவனுக்கு பணம் எதுவும் கொடுக்கவேண்டாம். நமக்குப் பிரியப்பட்டவர்களாக இருந்தாலும் கொடுத்துக் கெடுக்கக்கூடாதுன்னு சொல்லுவார் என் தாத்தா.''

மைதிலியின் அப்பா சட்டென அவரது கரம் பற்றியபடி கண்கலங்கினார்.

"என் மற்ற மகன்களுக்கும் நான் அந்தஸ்து பார்த்து பெண் எடுக்கலை. அது தானாக அமைந்தது. கடவுள் போட்ட முடிச்சு. அதேமாதிரி கடவுள் போட்ட முடிச்சாதான் உங்க சம்பந்தத்தையும் நான் நினைக்கிறேன். அதனால உங்க மனசுல அந்தஸ்து பற்றிய எந்தவித குறுகுறுப்பும் தேவையில்லை. நல்ல பெண்ணைத்தான் நீங்க எங்களுக்கு தந்திருக்கீங்க. சந்தோஷமா தலைநிமிர்ந்து இருங்க. நான் கிளம்பறேன்.''

அவர் புறப்பட்டுச்சென்ற பிறகும் வெகுநேரம் சிலைபோல அமர்ந்திருந்தார் மைதிலியின் அப்பா.

✳✳✳

"என் பிள்ளை வாங்கின கடனை அடைச்சுட்டேன் மைதிலி. இனி நிம்மதியா இரு. சரியா? இந்த விஷயம் நமக்குள்ள இருக்கட்டும்.''

"மாமா...!'' மைதிலி அழுகையை அடக்கியபடி கரம் கூப்பினாள். "நான் ஏதாவது தவறாகப் பேசியிருந்தால்... மன்னிச்சுடுங்க.''

"நீ சரியாதான் பேசினம்மா. உன் நிலைமையில் நானிருந்தாலும் இதை வெரதட்சிணை குற்றமாகத்தான்

பார்த்திருப்பேன். அப்டியொரு பழி என் குடும்பத்திற்கு வந்துடக்கூடாது என்பதால்தான் உடனே ஆனந்தன் வாங்கின கடனை அடைத்தேன். அதேநேரம் அவனது மற்ற கடன்களுக்கெல்லாம் நான் பொறுப்பேற்கவும் முடியாது. இவனது தவறுகளால் மற்ற இரண்டு பிள்ளைகளும் பாதிக்கப்படவும் கூடாதுன்னு நினைக்கறேன். அதனால நான் ஒரு முடிவுக்கு வந்திருக்கேன். சொத்துக்களைப் பிரிச்சு கொடுப்பதுதான் இப்போதைக்கு நல்லதுன்னு தோணுது. ஞாயிற்றுக்கிழமை நம்ம வக்கீலை வரச்சொல்லியிருக்கேன்.''

''அவசரப்படாதீங்க மாமா'' மைதிலி சற்றே பதற்றத்தோடு சொன்னாள்.

அத்தியாயம் 13

நீங்க அவசரமா முடிவெடுப்பது போல தெரியுது. தயவுசெய்து யோசியுங்க. மைதிலி மீண்டும் சொல்ல...

"இது அவசரமில்லம்மா. அவசியம். இனிமேல்தான் நீ ஜாக்கிரதையாக இருக்கணும். வெற்றி பெறணும் என்கிற வெறி இருக்குமளவுக்கு அவனிடம் நிதானமில்லை. இந்தக் கல்யாணத்தின் மூலம் நான் உனக்கு நல்லது செய்திருக்கிறேனா, கஷ்டங்களுக்கு வழி வகுத்துக் கொடுத்துவிட்டேனா தெரியவில்லை. அதனால சொத்துக்களைப் பிரித்தபிறகு எல்லா நாளிதழ்களிலும் ஒரு விளம்பரம் தரப்போறேன். ஆனந்தன் வாங்கும் எந்தவொரு கடனுக்கும் எவ்விதத்திலும் நான் பொறுப்பேற்க இயலாதென்று. இதுகூட உன் நன்மைக்காகத்தான். இதனால் அவனுக்கு யாரும் கடன் தர யோசிப்பார்கள். அவன் கடன் வாங்குவது குறைந்தால் அது உனக்கு நல்லதுதானே."

மைதிலிக்கு என்ன சொல்வதென்றே தெரியவில்லை. அந்த வினாடி அவர் கடவுளாகவே தெரிந்தார் அவள் கண்களுக்கு.

∗∗∗

கையில் பணம் கிடைப்பதற்கு முன்பே செலவுக் கணக்கைத் தயாரித்து வைத்துக்கொள்ளும் விசித்திர மனிதர்களில் ஒருவனாக இருந்தான் ஆனந்தன். சொத்துக்களைப் பிரிக்க

அப்பா தயாராகிவிட்டார் என்பது அவனுக்கு மகிழ்ச்சியான செய்தி. நல்லகாலம் அவனது அடுத்த படத்திற்கு அதிக சிரமப்பட வேண்டாம் என்று தோன்றியது. முதல் படம் அனாவசிய செலவுகளைக் குறைத்து எடுக்கப்பட்ட சிறிய பட்ஜெட் படம்தான். அவனது நல்லநேரம், அது எல்லோராலும் பாராட்டப்பட்டு வசூல்ரீதியாகவும் அவனுக்கு வாரிக்கொடுத்தது.

ஐந்தாயிரம் ரூபாய் கடனை நேர்மையாகத் திருப்பிக்கொடுத்தால் அடுத்து பதினைந்தாயிரத்தைக் கடனாகத் தருவதற்கு யாரும் யோசிக்க மாட்டார்கள். இதெல்லாம் ஒரு எளிய சூட்சுமம். அந்த சூட்சுமத்தைப் பின்பற்றி அவன் முக்கியமானவர்களிடம் வாங்கிய கடனை அடைத்துவிட்டான். அப்பா கொடுத்த பணத்தை கடன் என அவரும் சொல்லவில்லை. அவனும் நினைக்கவில்லை. அவர் கேட்டால் பார்த்துக்கொள்வோம் என்று விட்டுவிட்டான். அவர் கேட்கவில்லை. மாமனாரிடம் வாங்கிய பணத்தையும் உடனடியாகத் திருப்பிக் கொடுக்க அவனுக்கு மனம் வரவில்லை. அப்பா தனக்கு கோடிஸ்வர சம்பந்தத்தை முடித்திருந்தால் கிட்டத்தட்ட அரைகோடிக்கு குறையாமல் பணமாகவும், சொத்துக்களாகவும் கிடைத்திருக்கக்கூடும். அதைத்தவிர அவனது திரைப்பட முயற்சிகளுக்கும் பண உதவி செய்ய அஞ்சியிருக்க மாட்டார்கள்.

கேவலம் ஒரு இருபத்தி ஐந்து லட்சத்தை மைதிலியின் தகப்பனிடமிருந்து வாங்குவதற்குள் பட்டபாடு! மனிதர் தன்னிடம் இருப்பது அந்த வீடு மட்டும்தானே என்று தயங்கினார். மூன்று பெண்களுக்கு கௌரவமாகத் திருமணம் செய்து வைத்ததால் தன்னிடம் பெரிய சேமிப்புகள் எதுவும் இல்லையென்றார். இதுவரை எந்தக் குறையுமின்றி தன் சக்திக்கு மீறியே மைதிலிக்கும், குழந்தைக்கும் செய்திருப்பதாகச் சொன்னார். தற்போது மனைவியின் உடலில் இருக்கும் தாலிக்கொடியும், கைகளில் உள்ள ஒரு ஜோடி வளையலும்,

தோடு மூக்குத்தியும் தவிர வேறு தங்க நகைகள்கூட வீட்டில் கிடையாது என்றார். எப்படியோ பேசிப்பேசி, பல சத்தியங்கள் செய்து வீட்டை அடமானம் வைக்கச்செய்து இருபத்தி ஐந்து லட்சத்தை அவரிடமிருந்து வாங்கிவிட்டான். அடமான பத்திரத்தில் அவர்தான் கையொப்பமிட்டார். மாப்பிள்ளை என்பதால் அவனிடமிருந்து கடன் பத்திரம் எழுதி வாங்க அஞ்சினார். "உங்களை நம்பி தரேன் மாப்பிள்ளை. மாதா மாதம் வட்டி கட்ட மறந்துடவேண்டாம். அப்பறம் வட்டிக்கு வட்டின்னு கடன் ஏறிடும். பணம் கட்டவில்லையென்றால் வீடு ஏலத்துக்கு வந்துரும். நாங்க அப்பறம் நடுத்தெருவுக்கு வந்துருவோம். அதனால சீக்கிரமே வட்டியும், அசலையும் அடைச்சுட்டு பத்திரத்தை மீட்டுக் கொடுத்துடுங்க."

"கவலையே படாதீங்க. இனி என் பொறுப்பு அது" என்று அவருக்கு நம்பிக்கை கொடுத்துவிட்டு வந்தாயிற்று. மாமனார் பணம்தானே எப்போது கேட்டாலும் கொடுத்துவிடலாம் என்று ஆரம்பத்தில் நினைத்தது போய், ஏன் கொடுக்க வேண்டும் என்று பின்னர் தோன்ற ஆரம்பித்துவிட்டது. அந்த வீட்டின் மதிப்பில் மூன்றில் ஒருபங்குதான் வங்கி கடனாகக் கொடுத்திருக்கிறது. ஒருவேளை அவர் காலத்திற்குப்பின் வீடு விற்கப்படுமெனில் மைதிலியின் பங்காக என்ன கிடைக்குமோ அதை முன்கூட்டியே வாங்கிக்கொண்டதாக இருக்கட்டுமே என்று தோன்ற ஆரம்பித்துவிட்டது. சினிமா என்பது பெருங்கடல். அதில் எவ்வளவு பணம் கொட்டினாலும் கடலில் கரைத்த பெருங்காயம்தான். அந்த சமுத்திரத்தில் விலையுயர்ந்த சங்குகளையும், மீன்களையும், முத்துக்களையும் சேகரிக்க பலரும் வலைவீசிக் கொண்டிருக்கிறார்கள். சமுத்திரம் விசித்திரமானது, சிலநேரம் உழைப்பையும் பணத்தையும் விழுங்கி, வெறும் கையோடு அனுப்பி வைக்கிறது. சிலநேரம் வலம்புரி சங்குகளை அள்ளிகொடுத்து திக்குமுக்காடச் செய்துவிடுகிறது. அவனது முதல் படம் வெற்றி பெற்றது அப்படித்தான். போட்ட காசு கொஞ்சம். எடுத்த காசு அதிகம்.

இனி அடுத்த படத்தில் கொஞ்சம் அகலக்கால் வைக்கலாம் என்று முடிவு செய்தான் அவன். ஸ்கரிப்ட் ரெடியாக இருக்கிறது. அதற்கு எவ்வளவு பணம் தேவைப்படுமென தன் உதவியாளர்களோடு அமர்ந்து ஒரு பட்ஜெட் போட்டான். கடலின் ஆழம் தெரியாமல் காலைவிடத் துணிந்தான்.

✳ ✳ ✳

செய்யும் தொழிலில் வெற்றி பெறுவதென்பதுகூட சிலநேரம் குதிரை ரேஸ் மாதிரிதான் ஆகிவிடுகிறது. எந்த குதிரையின் மீது எவ்வளவு பணம் கட்டினால் ஓடும் என்பது மாதிரிதான் நடிப்பு, இசை, கேமராமேனில் ஆரம்பித்து எடிட்டிங், மற்றும் பல டெக்னிக்கல் உதவியாளர்கள் வரை சிறப்பானவராக, மக்கள் மனம் கவர்ந்தவர்களாகத் தேர்வுசெய்து அவர்கள் கேட்கும் தொகைக்கு ஒப்புதல் அளித்து, தினசரி சிற்றுண்டி, உணவு என அனைத்திற்கும் ஏற்பாடு செய்து, துணை ஆர்ட்டிஸ்ட்டுகள் ஏற்பாடு செய்து... என, ஒவ்வொரு செலவும் முழி பிதுங்கியது. எவ்வளவு பெரிய பூட்டாக இருந்தாலும் சரியான சாவி கொண்டு திறந்தால் பட்டென திறக்கும் பூட்டு மாதிரிதான் திரைப்படத் தயாரிப்பும். பணம் என்ற மூன்றெழுத்து சாவி கொண்டுதான் எல்லாவற்றையும் முடித்திறக்க வேண்டும்.

முன்னணியில் இருக்கும் கதாநாயகன், நாயகி கேட்ட தொகையே மலைப்பாக இருந்தது. ஆனந்தன் நிறைய ஃபைனான்சியர்களை சந்தித்தான். அவர்களது கண்டிஷன்களுக்கெல்லாம் ஒப்புக்கொண்டான். போராதாதற்கு, மைதிலியிடமும் பணம் கேட்டு நச்சரித்தான்.

"எங்கிட்ட ஏது பணம்?"

"நகைநட்டு இருக்கில்ல? அதையெல்லாம் கொடு. எங்கம்மா நகைகளும் உங்கிட்டதான் இருக்குன்னு எனக்குத் தெரியும். அவற்றையும் கொடு. அடமானம் வைத்துக்கொள்கிறேன்."

"முடியாது. என் நகைகள் வேணா தரேன். உங்கம்மா நகைகளைத் தரமாட்டேன். அவை பரம்பரை நகைகள். அவங்க ஞாபகார்த்தமா இருக்க வேண்டியவை."

"அப்டின்னா உங்கப்பா போட்ட நகைகளைக் கொடு. எனக்கு அவசரமாகக் கொஞ்சம் பணம் வேண்டும்."

"என் அப்பாவிடம் வாங்கிய பணத்தை முதலில் திருப்பிக் கொடுங்கள். பிறகு அவர் உழைப்பில் வாங்கிய நகைகளைக் கேட்கலாம்."

அவள் சொல்லி முடிப்பதற்குள் அவனது கரம் அவளது கன்னத்தில் பளாரென இறங்கியது. கண்ணில் பொறி பறப்பது போலிருந்தது. சொத்துக்கள் பிரிக்கப்பட்டன. ஆனந்தனின் பங்காக தி.நகரில் ஒரு அழகிய பங்களாவும், புறநகரில் ஒரு பண்ணை வீடும், தஞ்சாவூரில் ஐந்து ஏக்கர் விவசாய நிலமும் கிடைத்தது.

"பணமா எதுவுமில்லையா?"

"பணம் ஏற்கனவே உன் முதல் படத்திற்காக நீ கேட்டதும் உனக்கு கொடுத்தாயிற்று. நகைகள், வெள்ளி பொருட்கள் எல்லாம் உன் திருமணம் முடிந்ததுமே மைதிலியிடம் ஒப்படைத்தாயிற்று. அவற்றை அவள் பத்திரமாக லாக்கரில் வைத்திருக்கிறாள்."

ஆனந்தனின் முகம் சுருங்கியது.

"எனக்கு இப்போ அவசரமா பணம்தான் தேவை."

"அதுக்கு நான் என்ன செய்ய? உன் பங்கு சொத்துகளைக் கேட்டாய். பிரித்தாயிற்று. இனி உன் வரவு, செலவு, கடன்கள் எல்லாம் உன்னுடையது. அவற்றில் எங்களுக்கு எந்த பாத்தியதையுமில்லை புரிந்ததா? தி.நகர் வீடு உன் கொள்ளுதாத்தா முதன்முதலில் வாங்கிய வீடு. தற்போது அதிலிருந்த குடும்பத்தை காலி செய்யவைத்து வீட்டை சுத்தப்படுத்தி வைத்திருக்கிறோம். நீ குடிபுகுவதற்குத் தயாராக உள்ளது."

"அண்ணன்கள் இருவரும்?"

"அவர்களுக்கு கோடம்பாக்கம், அபிராமபுரம் வீடுகளைக் கொடுத்திருக்கிறேன். ஆனால் அவர்கள் என்னோடு இங்கிருக்கவே விரும்புகிறார்கள்."

"அப்படியானால் என்னை வெளியே போ என்கிறீர்களா?"

"நான் சொல்லவில்லை. நீதான் தனியே செல்ல விரும்பினாய். தொடர்ந்து நீ இங்கிருக்க விரும்பினால் தாராளமாக இருக்கலாம். ஆனால் குடும்பத்தின் செலவுகளுக்கு மாதா மாதம் மற்றவர்கள் தருவதைப்போல நீயும் பணம் தரவேண்டும். முன்போல இனி நீ சுகவாசியாக இங்கிருக்க முடியாது."

ஆனந்தன் முகம் சுருங்கினான். எல்லோரும் சேர்ந்து அவனை மலை மீதிருந்து தள்ளிவிடுவது போலிருந்தது. அவனுக்கு நன்கு புரிந்தது. அவன் சினிமா எடுப்பது யாருக்கும் பிடிக்கவில்லை. அவனது சினிமா மோகத்தினால்தான் சொத்துக்களைப் பிரிக்க வேண்டியதாயிற்று என்கிற கோபம். அண்ணன்கள் அதிருஷ்டசாலிகள். அவன் காரணமாக, எவ்வித பிரயத்தனமுமின்றி அவர்களுக்கு சொத்துக்களும் கிடைக்கிறது. அதேநேரம் தொடர்ந்து இங்கேயே இருக்கவும் போகிறார்கள். மனசு புழுங்கியது அவனுக்கு.

"கொள்ளுத்தாத்தா முதன்முதலில் கட்டிய பழைய வீட்டை எனக்குக் கொடுத்துட்டாங்க. அவங்க ரெண்டு பேருக்கும் ஓரளவுக்கு புது வீடு" மைதிலியிடம் புலம்பினான்.

"மனசுல சந்தோஷமும், திருப்தியும் இல்லாதவர்களுக்கு, இந்த உலகத்து செல்வம் முழுக்கவே தூக்கிக் கொடுத்தாலும் புலம்பத்தான் செய்வார்கள்."

மைதிலி முணுமுணுத்தவாறு திரும்பி படுத்தாள்.

சொத்துக்களைப் பிரித்துக்கொடுத்த பிறகு தனியே செல்வதுதான் சரியெனத் தோன்றியது அவளுக்கு. அந்த

வீட்டினரை அவள் அதிகம் மதிக்கிறாள். நேசிக்கிறாள். அவர்களும் அவளிடம் அன்பு கொண்டவர்கள்தான். ஆனால் புருஷனின் குணத்தால் அவையெல்லாம் வெறுப்பாக மாறிவிடுமோ என்ற அச்சம் அவளுக்கிருந்தது. தங்களது கஷ்டமும், நஷ்டமும் எக்காரணம் கொண்டும் மற்றவர்களை பாதிக்க அனுமதிக்கக்கூடாதெனத் தோன்றியது.

ஆனால் ஆனந்தன் தன் இரண்டாவது படம் முடியும்வரை அங்கிருப்பதற்கு அனுமதி கேட்டான். தனியே போவதற்கு அவகாசம் வேண்டுமென்றான். அவர் மறுக்கவில்லை. ஆனால் அவன் அதுவரை குடும்பச் செலவுக்கு மாதம் பதினைந்தாயிரம் பணம் தரவேண்டுமென்ற நிபந்தனை விதித்தார். அவன் சம்மதித்தான்.

தனியே போவது தற்காலிகமாகத் தள்ளிப்போடப்பட்டது. அவனது இரண்டாவது படம் வளர்ந்தது. படவேலைகளில் முழுகிப்போனவன் வீட்டிற்கு வருவதே அபூர்வமாகிப்போனது. வாக்கு கொடுத்தபடி அப்பாவிடம் மாதாந்திர செலவுகளுக்குப் பணம் கொடுக்க வேண்டுமென்கிற சிந்தனையே இல்லை அவனிடம். ஆனால் மைதிலிக்குத் தூக்கம் வரவில்லை. அவளது தன்மானம் அவளைத் தூங்கவிடவில்லை. தனது நகைகள் சிலவற்றை எடுத்துக்கொண்டு அடமானம் வைத்து கடன் பெற வங்கிக்கு சென்றாள். நகைக்கடன் பகுதியில் நான்கைந்து பேர் நின்றிருக்க, ஒரு பக்கமாக அமர்ந்தாள்.

"நகை அடமானம் வைக்க வந்தயாம்மா?" அருகில் குரல் கேட்க, மைதிலி திடுக்கிட்டுத் திரும்பினாள்.

அத்தியாயம் 14

அவளருகில் மாமனார் அமர்ந்திருந்தார். அவர் எப்போது வந்து அமர்ந்தார் என்பதைக்கூட கவனிக்காமல் அவள் ஏதோ சிந்தனையில் ஆழ்ந்திருந்தாள்.

மாமா! நீங்க...

போலாமா? அவர் எழுந்தார்.

அது...

"பணம் நான் தரேன்மா. உன்னோட மொத்த நகைகளையுமே நா அடமானமாக வாங்கிக்கொண்டு பணம் தரேன். அதை நீங்க இங்க இருக்கும்வரை வீட்டுச்செலவுக்காக எங்கிட்டயே கொடுத்துட்டு நிம்மதியா இரு சரியா?"

மைதிலி உதட்டைக் கடித்து அழுகையை அடக்கிக்கொண்டாள்.

"அவனுக்கு பொறுப்பும், ரோஷமும் வரணும்னுதான் மாதச்செலவுக்கு அவனிடம் பணம் கேட்டேன். அவன் தரவில்லையென்றால் குற்றம் என்னோடதுதான். நான்தான் அவனை சரியா வளர்க்கவில்லை. நியாயமா என்னைத்தான் நான் தண்டிச்சுக்கணும். என்ன செய்ய அஞ்சு விரலும் ஒரே மாதிரியாகவா இருக்கு? சரி கார்ல ஏறு, மத்ததை வீட்டுக்குப் போய் பேசிக்குவோம்" அவர் கதவைத் திறக்க அவள் ஏறிக்கொண்டாள்.

✳ ✳ ✳

ஒருவாரம் கழித்து ஆனந்தனிடம் பேசினார் அப்பா.

"படம் எப்டி போயிட்டிருக்கு?"

"நல்லா வருதுப்பா. இதுவும் நிச்சயம் பாக்ஸ் ஆபீஸ் ஹிட் ஆகும்."

"நல்லது. ஆனா செலவு நிறைய ஆகுது போல?"

"பின்னே...? பெரிய பட்ஜெட் படம்னா செலவாகத்தானே செய்யும்?"

"அதுசரி. ஆனா செலவோட செலவா இந்த வீட்டுச்செலவுக்கும் நீ ஒப்புக்கொண்டபடி பணத்தைத் தரலாமே."

"ஒன்றாம் தேதியானா செலவுக்கு பணம் கொடுக்க நான் என்ன அரசாங்க உத்யோகமா பார்க்கறேன்? படம் ரிலீஸாகட்டும் மொத்தமா தரேன். நான் ஒண்ணும் உங்களை ஏமாத்திடமாட்டேன்."

"இதுவும் கடனா?"

"ஏன்? அவனவன் ஒரு சின்ன டீக்கடையிலயே அக்கவுண்ட் வெச்சுக்கிட்டு தினம் டீ குடிக்கறானாம்."

"இது டீக்கடையும் இல்ல, லாட்ஜுமில்ல. இதோ பார் ஆனந்த். நான் ஒரு முடிவுக்கு வந்துட்டேன். உனக்குன்னு வீடும், மற்ற சொத்துக்களும் பிரிச்சு கொடுத்தாச்சு. இனி நீயாச்சு. உன் குடும்பமாச்சு. நீ தனியா போவதுதான் எல்லார்க்கும் நல்லதுன்னு நினைக்கறேன். இன்னும் ஒரு மாதம் டைம் தரேன். அதுக்குள்ள ரெடியாகிக்க."

அவன் அப்பாவையே பார்த்தான்.

✳ ✳ ✳

ஒரு நல்லநாள் பார்த்து அந்த வீட்டிற்கு கிரகப்பிரவேசம் செய்தார்கள். ஒரு திரைப்பட செட்டைப்போல வீட்டை அலங்கரித்திருந்தான் ஆனந்தன். கட்டிடம் முழுவதும்

சீரியல் விளக்குகள் மின்னின. திரைத்துறை பிரபலங்கள் அனைவரையும் அழைத்திருந்தான். காலையிலிருந்தே கார்களின் அணிவகுப்பு. வீடியோ கேமரா ஒன்றுவிடாமல் அனைத்தையும் படம் பிடித்தது.

பணமில்லை பணமில்லையென்று புலம்பிக்கொண்டு எதற்கு இத்தனை ஆடம்பரமான கிரகப்பிரவேச விழா? என்று நினைத்தாள் மைதிலி. இதற்கெல்லாம் எங்கிருந்து பணம்? இத்தனை பணம் இருப்பவன் ஒப்புக்கொண்டபடி அப்பாவுக்கு மாதச்செலவுக்கு பணம் கொடுத்திருக்கலாமே. அவளது தன்மானத்திற்கு இழுக்கு வரவேண்டாமென்றுதான், அவர் அவனைத் தனியே அனுப்பினாலாவது பொறுப்பு வருமென்று அன்று அவனிடம் கண்டிப்பாகப் பேசி தனியே போகச் சொன்னாரென்று அவள் புரிந்துகொண்டாள்.

அவர் அப்படிச் சொல்லிவிட்டாரென்று அன்றிரவு அப்படி கோபப்பட்டான்!

"காட்றேன். நா யாருன்னு அவருக்குக் காட்டறேன். இந்த உலகமே என்னைப் புகழும் காலம் வரும். அப்பறம் பார் இவங்க எல்லாரும் என் பின்னாடி குழைஞ்சுக்கிட்டு ஓடி வராங்களா இல்லையான்னு" பொருமித்தள்ளினான் அவன். ரோஷம் பொத்துக்கொண்டு வர மூன்றே வாரத்தில் வீட்டைப் புதுப்பித்து கிரகப்பிரவேசத்திற்கும் நாள் குறித்தான். இத்தனை செலவுகளுக்கும் பணம் எங்கிருந்து கிடைத்தென்பது புதிர். இது குறித்து யாரும் அவனிடம் கேட்கவுமில்லை. கேட்டாலும் பதில் வரப்போவதில்லை. அவனது வரவு செலவு அனைத்தும் இராணுவ ரகசியம் போலதான்.

முக்கியமான செலவுகளை அவன் மறந்துவிடக்கூடாதென்று மைதிலி நினைவூட்டினாள். "எல்லார்க்கும் புடவை வேட்டி வாங்கணும். அதை மறந்துடாதீங்க."

"எல்லார்க்கும்னா?"

"எல்லார்க்கும்தான். உங்கப்பா, அண்ணன், அண்ணிகள், எங்கம்மா, அப்பா, அக்கா, மாமா எல்லோருக்கும்தான்."

"ம்... ம்... நீயே வாங்கிடு. யார் வேணாம்னாங்க?"

"சரி பணம் கொடுங்க. நானே வாங்கிடறேன்."

"தவணையில் ஜவுளி கொடுக்கும் கடைகள் எத்தனையோ இருக்கே. அங்க எங்கயாவது என் பேரைச்சொல்லி வாங்கிக்க. மாசா மாசம் திருப்பிக் கொடுத்துடலாம்."

"கடனிலா?"

"ஏன் என்ன தப்பு? இவ்ளோ செலவு செய்யறேனே, இதெல்லாமும் கடன்தான்."

"எனக்கு கடன் வாங்கிப் பழக்கமில்லை."

"பழக்கிக்கொள். சினிமாக்காரனையும், கடனையும் பிரிக்கமுடியாது."

"சொந்தங்களுக்கு ஜவுளி வாங்கிக்கொடுப்பது சந்தோஷமா செய்யவேண்டிய மரியாதை. அதைக்கூடக் கடனில் வாங்கிடுன்னு சொல்ல எப்டி மனசு வருது உங்களுக்கு?"

"சரி வேணாம். நீ வெச்சிருக்கல்ல நிறைய நகை நட்டு எல்லாம்? அதை அடமானம் வையி. இல்ல எல்லாத்தையும் வித்து ஜவுளி வாங்கு."

"எனக்குப் புரியல. உங்க சினிமாக்காரங்க முன்னாடி வேஷம் போட சினிமா செட் மாதிரி வீட்டை அலங்கரிக்கறீங்க. ஆனா சொந்தபந்தங்களுக்கு செய்யமட்டும் ஏன் மூக்கால அழணும்?"

"அது அப்டித்தான். நான் தொழில் செய்யும் இடத்தில் பந்தாவா காட்டிக்கிட்டாதான் மரியாதை."

"உங்க கொள்ளுத்தாத்தா இதே தொழிலில்தானே இருந்தார். அவர் தன் சொந்த உழைப்பில் சம்பாதிச்ச சொத்துதான் இந்த வீடு. நியாயமா இதுக்கு கிரகப்பிரவேசமே தேவையில்லை. உங்க உழைப்பில் ஒரு வீடு கட்டி கிரகப்பிரவேசம் செய்வதுதான் மரியாதைன்னு உங்களுக்கு யாரும் சொல்லலையா?"

அவன் கரம் மீண்டும் அவள் கன்னத்தைப் பதம் பார்த்தது. பிறகென்ன நினைத்தானோ, பீரோ திறந்து ஆயிரம் ரூபாய் நோட்டுக் கட்டொன்றை எடுத்து அவள் முகத்தில் வீசியெறிந்தான். "போ போய் உன் இஷ்டம்போல எல்லார்க்கும் ஜவுளி வாங்கிக்கொடு" என்றவன் படாரென கதவை சார்த்திக்கொண்டு வெளியில் சென்றான். அவன் சினிமாக்காரர்கள் முன்பு மரியாதை தேடியலைய, அவளோ உறவுகளிடம் மரியாதையைக் காப்பாற்றிக்கொள்ள முயன்றாள். அதற்காக புருஷனிடம் அடி வாங்கியதை அவள் பொருட்படுத்தவில்லை.

அவள் வாங்கிக்கொடுத்த அழகான பட்டுப்புடவை, பட்டு வேட்டிகளில் அத்தனைபேரும் உற்சாகமாக வளைய வந்ததையும், வந்தவர்களை மலர்ந்த முகத்துடன் உபசரித்ததையும் ரசித்துப் பார்த்தாள் அவள். கூட்டுக்குடும்பத்தையும், நல்ல உறவுகளையும் பிரிந்து தனியே வருவதை உண்மையில் அவள் விரும்பவில்லை எனினும் புருஷனின் குணம் காரணமாக இனி அங்கே இருப்பது சரியல்ல என்று தோன்றவே, தான் மனதைத் தேற்றிக்கொண்டு தனிக்குடித்தனத்திற்குத் தயாரானாள்.

"என்ன மைதிலி, முகம் வெளுத்திருக்கு! ஏதானம் விசேஷமா?" அவளது மேடிட்ட வயிற்றைப் பார்த்தபடி கேட்டது உறவொன்று. மைதிலி வெட்கத்தோடு புன்னகைத்தாள்.

"அடுத்தது பிள்ளையாப் பிறக்கட்டும்" வாழ்த்திவிட்டு நகர்ந்தது உறவு.

கிரகப்பிரவேசத்திற்குப் பணமாகக் கொடுப்பதற்கு பதில் மாமனாரும், அண்ணிகளும் ஆளுயர ஃப்ரிஜ், விலை உயர்ந்த கிரைண்டர், மிக்சி, பீரோக்கள், அலங்கார சோபா செட்டுகள், அழகிய ஊஞ்சல் என்று வீட்டிற்குத் தேவையான பொருட்களைப் பார்த்து பார்த்து அன்போடு வாங்கிக் கொடுத்தனர்.

கிரகப்பிரவேசம் அமர்க்களமாக நடந்து முடிந்தது. புகுந்த வீட்டினர் இரண்டுநாள் அங்கேயே தங்கியிருந்து பொருட்களையெல்லாம் ஒழுங்குபடுத்தி அழகாக வைத்துக்கொடுத்தனர்.

"தனியா வந்துட்டாலும் அதுவும் எப்பவும் உன் வீடுதான் மைதிலி. அடிக்கடி வந்துட்டு போ. சரியா? இரண்டாவது பிரசவம் நம்ம வீட்டுலதான் நடக்கணும். நாங்கல்லாம் இருக்கோம். அம்மா அப்பாவை சிரமப்படுத்த வேண்டாம். நாங்க ஆனந்திடம் சொல்லிடறோம், ஒருமாசம் முந்தியே அங்க வந்துடு. நாங்க நல்லபடியா பாத்துக்கறோம் என்ன?" அண்ணிகளின் அன்பில் நெகிழ்ந்தாள் அவள்.

எல்லோரும் கிளம்பிச்சென்றதும் வீடு வெறிச்சிட்டது. பெரிமா நானும் வரேன் என்று அழுத மாயாக்குட்டியை விட்டுச்செல்ல முடியாமல், சரி குழந்தை ரெண்டுநாள் எங்களோட இருக்கட்டும். அப்பறமா கொண்டு வந்து விடறேன் என்றபடி அவளையும் அழைத்துச்சென்று விட்டனர்.

காலையில் டிபன்கூட சாப்பிடாமல் சென்றுவிட்ட ஆனந்தன் எப்போது வருவானோ தெரியாது. யாருமே இல்லாத ஒரு உலகத்தில் இருப்பதுபோல, அந்தப் பெரிய வீட்டின் அமைதி அவளை பயமுறுத்தியது.

நள்ளிரவில் வந்தான் ஆனந்தன். நன்கு குடித்திருந்தான்.

✳ ✳ ✳

வெற்றி என்பதுகூட மனிதர்களுக்கு போதையை ஏற்படுத்தும் ஒன்றுதான். ஆனந்தனின் நேரம் நன்றாக இருந்தது. அவனது இரண்டாவது படமும் மிகப்பெரும் வெற்றியைப் பெற்றது. அடுத்தடுத்து கிடைத்த இரண்டு வெற்றிகள் அவனை போதைகொள்ள வைத்தன. கால்கள் பூமியில் பதியாமல் மேலெழும்பி பறந்தன. மனசு மிதந்தது. பெரும் வெற்றிகளைக் கண்ட மன்னாதி மன்னர்களின்

கிரீடங்களைப் பலரும் அவனது தலையில் ஏற்றினார்கள். ஏற்றி வைத்தவர்களே எப்போது வேண்டுமானாலும் அதைக் கழற்றியெடுத்துச் செல்வார்கள் என்பது புரியாமல், மூன்றாவது படத்திற்கு இன்னும் அகலக்கால் வைக்கத் திட்டம் தீட்டினான் ஆனந்தன். மன்னாதி மன்னர்களுக்கும் வீழ்ச்சியுண்டென்பதை எண்ணிப்பார்க்க அவன் முனையவில்லை. அதற்கெல்லாம் நேரமுமில்லை. அவனைச் சுற்றிலும்! உச்சத்தில் ஒலித்துக்கொண்டிருந்த ஜால்ரா சப்தங்களினூடே அவன் சாமியாடிக்கொண்டிருந்தான்.

எந்நேரமும் வீட்டுவாசலில் காத்திருப்போரின் கூட்டம் அதிகரித்தது. பத்திரிகைக்காரர்களும், தொலைக்காட்சி நிருபர்களும், திரைப்படத்துறை சார்ந்தவர்களும், ஃபைனான்சியர்களும் வந்துபோன வண்ணமிருந்தனர். வீட்டை கவனிக்கவோ, மகளைக் கொஞ்சவோ, மனைவியிடம் பேசவோ எதற்கும் நேரமில்லை. வீட்டுச்செலவுக்கு அவள் பணம் கேட்டால் பீரோ திறந்து பணக்கட்டுகளை அலட்சியமாகத் தூக்கியெறிந்தான். வாழ்க்கைக்கு பணம் மட்டும் போதுமா என்ன?

எல்லா பத்திரிகைகளின் அட்டையிலும் அவன் சிரித்தான். தொலைக்காட்சியின் உள்ளே அலட்டலும், வெளியே பணிவுமாகப் பேசினான். வெற்றிவிழா கொண்டாட்டங்களுக்கு அவளையும் அழைத்துச் சென்றான். அவனோடு சேர்ந்து அவளும் அரிதாரம் பூசி பொய்யாய் சிரித்தாள். படுக்கையறையில் அவளைக் கெட்ட வார்த்தைகளில் திட்டும் அதே வாய், பொதுவெளியில் அவளைப் புகழ்ந்தது. அனைத்து பெண்களையும் வணங்கியது. பெண்ணை மதிப்பவனாய்க் காட்டிக்கொண்டது.

ஐந்து நட்சத்திர விடுதிகளில் அறைகள் எடுக்கப்பட்டு அடுத்த படத்திற்கான டிஸ்கஷன்கள் நடந்தது. வீட்டிற்கு அவன் வருவதே குறைந்தது. அவனது அடுத்த படம்

குறித்து பத்திரிகைகளில் வரும் பெட்டிச்செய்திகள் அவளை பயமுறுத்தியது. திரைப்படத்துறை என்பது வெற்றியும், தோல்வியும் மாறிமாறிவரும் ஒரு சூதாட்டக்களம் போன்றது. அதை எதிர்கொள்ள மனவலிமையும், பணபலமும் வேண்டும். இவனிடம் முன்னோர் வழியாக கிடைத்த கொஞ்சம் சொத்துக்கள் மட்டுமே உள்ளது. அதுவும் இப்போது அடமானத்தில். தோல்வி ஏற்பட்டால் சமாளிக்கும் திறனுள்ளதா என்று தெரியாது. அதேநேரம் போதுமென்ற மனமுமில்லை. போதை தலைக்கேறிக் கிடக்கிறது. அவள் பெருமூச்சுவிட்டாள். அடுத்த படம் வெளியாவதற்கு சிலதினங்களுக்கு முன்பு அவள் ரிஷியைப் பிரசவித்தாள்.

குழந்தையைப் பார்க்க வரக்கூட நேரமில்லை அவனுக்கு. அண்ணிகள் தாய் மாதிரி அவளைப் பார்த்துக்கொண்டார்கள்.

மூன்றாவது படம் வெளியான அன்று அவளோடு அம்மாவும், அப்பாவும் மட்டுமிருக்க, மற்றவர்கள் சிறப்புக்காட்சி காணச்சென்றிருந்தார்கள்.

"படம் எப்டியிருந்துச்சு அண்ணி" என்று அவள் கேட்க, அண்ணி நல்லார்க்கு என்றாள். அவளது மழுப்பல் சிரிப்பு வேறொன்றைச் சொல்லாமல் சொல்லிற்று.

முதல்நாள் வந்த ரிப்போர்ட்கள் படம் சுமார்தான் என்றன. வெளியான இரண்டாவது வாரமே படம் தியேட்டர்களிலிருந்து தூக்கப்பட்டது. வீட்டைச்சுற்றி ஊர்ந்துகொண்டிருந்த கட்டெறும்புகள் ஒன்றையும் இப்போது காணோம். பெருத்த நஷ்டம். படத்திற்கு ஃபைனான்ஸ் செய்தவர்கள் ஒவ்வொருவராக கழுத்தை நெறிக்க ஆரம்பித்தார்கள்.

அத்தியாயம் 15

இரவும் பகலும் போன் அடித்துக் கொண்டேயிருந்தது. ஒவ்வொருமுறையும் அவளையே எடுக்கச்சொன்னான்.

"அவர் வீட்டில் இல்லை. வெளிய போயிருக்கார். எங்கேன்னு தெரியாது வீட்டுக்கு வந்ததும் பேசச்சொல்றேன்" அவளையும் நிறைய பொய் சொல்ல வைத்தான் அவன். எதிர்முனையில் பேசப்பட்ட அசிங்கமான வார்த்தைகளை ஜீரணிக்க முடியாமல் அவளது கண்கள் கலங்கிற்று.

வீடு தேடியும் பலர் வந்தனர். அவர்களது தோற்றமே அச்சமூட்டியது. அவர்களது கேள்விக்கு பதில் சொல்லக்கூட முடியாமல் நாக்கு மேலே ஒட்டிக்கொண்டது. உடல் நடுங்கியது. கைக்குழந்தை வீறிட்டழுதது.

"இன்னும் பத்துநாள் டைம் தரோம். அதுக்குள்ள அசலும் வட்டியுமா பணம் வரலைன்னா...! அசிங்கப்பட்டுப் போவீங்க!" அவர்கள் கண்ணை உருட்டி மிரட்டிவிட்டுப் போனார்கள்.

"உங்களுக்கே இதெல்லாம் நல்லார்க்கா? நீங்க செய்த தவறுக்கு என்னை இப்டி கடன்காரர்களுக்கெல்லாம் பதில் சொல்ல வைக்கறீங்களே? கடன் வாங்கினப்போ நீங்க மட்டும்தானே போனீங்க? இப்போ எதுக்கு என்னை இதுல இழுத்து விடறீங்க?"

"நான் லட்ச லட்சமா சம்பாதிச்சா நல்லா அனுபவிக்கரல்ல? அதேமாதிரி கஷ்டம் வந்தாலும் அனுபவிக்கத்தான் வேணும்."

"பணம் வந்தப்போ நான் அனுபவிச்சேனா? அதுசரி... முதல் ரெண்டு படத்துல கிடைச்ச பணத்துல எனக்குன்னு எவ்வளோ கொடுத்தீங்கன்னு கணக்கு சொல்லுங்களேன் கேப்போம். அப்பறம் இந்த கஷ்டம் எங்களாலயா வந்துச்சு?"

"ஆமா உங்களாலதான். இதோ இந்தக் குட்டிப்பிசாசு பொறந்த நேரம்தான் என்னை நஷ்டத்தில் தள்ளிடுச்சு" என்றான். குற்ற உணர்வு குழந்தையின் மீது ஆத்திரமாய் மாறி பழி சுமத்திற்று. அவள் அதிர்ச்சியும், அருவருப்புமாக அவனைப் பார்த்தாள். "ஆமாம் உங்களைக் கல்யாணம் கட்டிக்கிட்டதுல இருந்து என் நேரமும்கூட நல்லாத்தான் இல்ல" என்றாள் எரிச்சலுடன். அடுத்த வினாடி அவனது கரம் பளாரென அவள் கன்னத்தில் இறங்கியது. வேறெதுவும் பேசாமல் போனான். அரைமணி கழித்து வாசற்கதவு அறைந்து சார்த்தப்பட்ட பிறகுதான் அவன் வீட்டிலிருந்து வெளியேறியது அவளுக்குத் தெரிந்தது. அவள் வாசலுக்கு வந்து பார்ப்பதற்குள் கார் சீறிப் பறந்து சென்று மறைந்தது.

சற்றுநேரத்தில் போன் அடித்தது. பயந்துகொண்டே எடுத்தாள்.

எதிர்முனையில் மாமனாரின் குரல்.

"என்னம்மா நடக்குது அங்க?"

"தெரியல மாமா. யார் யாரோ வீட்டுக்கு வராங்க. எல்லார்க்கும் நான் பதில் சொல்லிட்டிருக்கேன்."

"ஆனந்த் எங்கிட்ட பேசினான். பணம் கேட்டான். சொத்துக்களைப் பிரிச்சு கொடுத்தபிறகு உன் கடனுக்கு நாங்க பொறுப்பேற்க முடியாதுன்னுட்டேன். ஏற்கனவே இதுகுறித்து எல்லா நாளிதழ்களிலும் அறிவிப்பும் செய்திருக்கேனே மறந்துட்டயான்னு கேட்டேன். சரி சொத்துக்களையெல்லாம் விற்று கடனை அடைச்சுக்கறேன்னு சொன்னான். என்னமோ செய்துக்கன்னுட்டேன். தடுக்கி விழுந்தவன் தானா எழுந்து நிற்கட்டும்னுதான் அவனிடம் கடுமையா பேசினேன். அதுக்காக

உன்னையும், குழந்தைகளையும் கைவிட்டுட்டோம்னு நினைக்காதே மைதிலி. உங்களை ஒருபோதும் நாங்க விட்டுக்கொடுக்க மாட்டோம். நிலைமை சீக்கிரமே சரியாய்டும். கவலைப்படாம இரு சரியா?''

''வேணாம் மாமா. ஏற்கனவே நீங்க நிறைய செய்துட்டீங்க. சின்னக் குழந்தை தவறு செய்தா தாங்கிப்பிடிக்கலாம். தெரிந்தே புதைகுழியில் விழுகிறவரை ஒன்றும் செய்யமுடியாது. என்னுடைய தலைவிதியை நான் அனுபவித்துதான் ஆகணும். மேலும் மேலும் உதவிகள் செய்து என்னை பலவீனப்படுத்திடாதீங்க பிளீஸ்.''

''இது உன்னை பலவீனப்படுத்த இல்லம்மா. என் மகன் காரணமா கஷ்டப்படும் உங்களைப் பார்த்துக்கொள்ளும் கடமை எனக்கிருக்கு. நீ உடனே குழந்தைகளை அழைத்துக்கொண்டு கிளம்பி இங்க வந்துடு. கடன் கொடுத்தவர்கள் கோபமா வந்துட்டு போகும் சூழலில் நீ தனியே அங்கிருப்பது நல்லதல்ல.''

''இல்ல மாமா இனி நான் எங்கப்பாவுக்கும் சரி, உங்களுக்கும் சரி எந்தவிதத்திலும் பாரமா இருக்க விரும்பல. என் குழந்தைகளுக்காகவாவது நா கண்டிப்பா ஒரு வேலை தேடிக்கணும்னு அவருக்கே தெரியாம வங்கித் தேர்வு எழுதியிருக்கேன். பார்ப்போம். கடவுள் நல்ல வழி காட்டுவார்னு நம்பறேன். அதுவரை என்ன கஷ்டம் வந்தாலும் நானே சமாளிச்சுக்கறேன். உங்களோட மாரல் சப்போர்ட் மட்டும்தான் எனக்கு வேணும்.''

''அது என்னிக்கும் இருக்கும்மா. உன் தன்மானத்தை நான் மதிக்கறேன். எப்போ என்ன உதவி வேணாலும் தயங்காம கேளு.''

அவர் போனை வைத்தார்.

மைதிலி சற்றுநேரம் பிரமை பிடித்தவள் போல அமர்ந்திருந்தாள். அன்றிரவு முழுக்க அவன் வரவில்லை.

மறுநாள் வருவான் என்று நினைத்தாள். ஒவ்வொரு நாளும் அவன் வராமலே கழிய, ஒருமாதம் ஓடிற்று. வயிற்றில் பயம் பரவியது. மாமனாரை அழைத்து விஷயத்தைச் சொன்னாள்.

"கடன்காரனுக்கு பயந்து தலைமறைவாகியிருப்பான். அல்லது சொத்துக்களை விற்று பணம் கொண்டுவரப் போயிருப்பான். வந்துருவான். தயவுசெய்து நா சொல்றதைக் கேளு மைதிலி. வீட்டைப் பூட்டிக்கிட்டு இங்க வந்துரு. தனியா இருக்காதே. அவன் வந்ததும் திரும்பிப்போ. அதுவரை இங்க இரு. இங்க வந்து உன்னை யாரும் மிரட்ட முடியாது. உனக்கும் அவன் வாங்கின கடன்களுக்கும் எந்த சம்பந்தமுமில்லை. நீ ரெடியா இரு. நானே வந்து உங்களைக் கூட்டிட்டு வரேன். உன் தன்மானத்தை கொஞ்சம் விட்டுக்கொடு" மாமனார் போனை வைத்தார்.

அரைமணி நேரத்தில் காரை எடுத்துக்கொண்டு வந்து அவளையும், குழந்தைகளையும் அழைத்துச்சென்றார்.

✳ ✳ ✳

புகுந்த வீடு காட்டிய அன்பில் துயரங்களைத் தற்காலிகமாக ஒதுக்கி வைக்க முடிந்தது. இத்தனை நல்லவர்கள் இருக்கும் வீட்டில் அவன் மட்டும் ஏன் இப்படி என்ற வேதனையும் எழும்பியது. அதுவும் குட்டிப்பிசாசு பிறந்தநேரம் என்று அவன் ரிஷியின் பிறப்பைக் குறிப்பிட்டதுதான் தாங்கமுடியாத ரணத்தை ஏற்படுத்தியிருந்தது.

மேலும் இரண்டு மாதங்கள் சென்றது. அவன் வந்தானா, இல்லையா என்றே தெரியவில்லை. இரண்டு நாளைக்கொருமுறை போன் செய்தும் பதிலில்லை. திடீரென போன் இணைப்பே செத்திருந்தது. ஒருவேளை பில் கட்டாத காரணத்தால் இணைப்பு துண்டிக்கப்பட்டிருக்கலாம் என்றாள் அண்ணி.

"நா ஒருமுறை வீட்டுக்குப் போய்ப் பார்த்துட்டு வந்துடவா. பசங்க இங்க இருக்கட்டும். ஒரு மணிநேரத்துல வந்துடறேன்" என்றபடி

கிளம்பினாள். ஒரு ஆட்டோ பிடித்து வீட்டிற்கு வந்தாள். வீடு பூட்டியிருந்தது. காரையும் காணவில்லை. கதவைத் திறந்துகொண்டு உள்ளே போனாள். ஒருவேளை வாசற்பக்கம் பூட்டியிருக்க பின்புறமாகக்கூட அவன் வருவதற்கு வாய்ப்புள்ளது. அவனிடமும் ஒரு சாவி உண்டு. அப்படி வந்திருந்தால் உள்ளேதான் இருப்பான். ஒருவேளை கடனுக்காக காரை விற்றுவிட்டானோ என்னவோ.

அவள் அவனது அறைப்பக்கம் சென்றாள். கதவு திறந்துதானிருந்தது. அவன் வந்து சென்ற சுவடே தெரியவில்லை. அவள் யோசித்தபடி தன்னுடைய தனியறைக்கு வந்தாள். உள்ளே நுழைந்ததுமே திகைத்து நின்றாள். பீரோவிலேயே சாவி தொங்கிக்கொண்டிருந்தது. அன்று கிளம்பிய அவசரத்தில் அதை எடுத்துச்செல்ல மறந்திருந்தாள்.

சரி வந்ததற்கு இன்னும் இரண்டு மூன்று புடவைகளும், குழந்தைகளுக்கு மாற்றுடைகளும் எடுத்துக்கொள்வோம் என்று பீரோவைத் திறந்தாள். உள்ளே எல்லாம் கலைந்திருந்தது. நிச்சயம் அவள் இப்படி வைத்திருக்கவில்லை. ஏதோ சந்தேகம் தோன்ற, லாக்கரைத் திறந்தாள். கிரகப்பிரவேசத்திற்காக வங்கி லாக்கரிலிருந்து எடுத்து வந்து அணிந்துகொண்டு, மீண்டும் வங்கி லாக்கரில் வைக்க நேரமில்லாமல் பீரோ லாக்கரில் வைத்திருந்த நகைகளைப் பெட்டியோடு காணவில்லை. நாற்பது சவரன் நகைகள். இதை வெளியிலிருந்து எந்தத் திருடனும் வந்து எடுத்திருக்க வாய்ப்பில்லை. வீட்டில் மற்றவையெல்லாம் வைத்தது வைத்தபடி இருக்கிறது. நிச்சயம் இது ஆனந்தின் வேலைதான். அவன் வந்து சென்ற அடையாளமாக பீரோவின் கீழே புகைத்து வீசப்பட்ட அவனது பிராண்ட் சிகரெட்களின் மிச்சங்கள். சொந்த வீட்டிலேயே திருடிச்செல்லும் அளவுக்குத் தரம் குறைந்து போய்விட்டானா? நேராக அவளிடமே வந்து கேட்டிருந்தால் கட்டிக்கொண்ட பாவத்திற்கு தலைவிதியென்று அவளே அவற்றை வீசியெறிந்திருப்பாள்.

நகைகளைக் காணாத அதிர்ச்சியில் உடல் சோர்ந்துபோக அப்படியே தலையில் கைவைத்தபடி கட்டிலில்

அமர்ந்துகொண்டாள். அவன் திருடிச்சென்றது அவளது அப்பாவின் பலவருட உழைப்பு என்பது கண்களில் நீராய் வழிந்தது. நல்லகாலம் வங்கி லாக்கர் சாவியை பீரோவில் வைக்கவில்லை. அது எப்போதுமே அவளது கைப்பையில்தான் இருக்கும். அவள் பெருமூச்சுவிட்டாள். இதை யாரிடமும் சொல்லக்கூட முடியாது. அவளுக்குதான் அசிங்கம். அண்ணி ஆரம்பத்திலேயே ஜாக்கிரதையாக இரு, நகைகளை பத்திரமாக வைத்துக்கொள் என்று சொல்லத்தான் செய்தாள். இவள்தான் பீரோவில் பத்திரமாகத்தானே வைத்திருக்கிறோம், சாவியும் தன்னிடம்தானே இருக்கிறது என்று அலட்சியமாய் இருந்துவிட்டாள். கிளம்பும்போது இருந்த சூழலில் சாவியை எடுத்துச்செல்ல மறந்தது இவள் தவறு. அவள் பெருமூச்சுவிட்டாள். என்னமோ செய்யட்டும். எல்லாம் தொலைந்த பிறகாவது அவன் திருந்தி புதுவாழ்வைத் துவங்கினால் போதுமென்றிருந்தது. அட்லீஸ்ட் அவன் பத்திரமாக எங்கோ இருக்கிறான் என்கிற நிம்மதியேற்பட்டது.

அவள் எழுந்தாள். அவன் மீண்டும் இங்கு வருவானா தெரியாது. வந்தாலும் எப்போது வருவானென்று தெரியாது. வரட்டும், அவனுக்கு அவள் தேவையென்று நினைத்தால், அவளைத் தேடிவரட்டும். அவள் கதவைப் பூட்டிக்கொண்டு அங்கிருந்து கிளம்பினாள். வீட்டுக்குச் சென்றபிறகு யாரிடமும் எதுவும் சொல்லிக்கொள்ளவில்லை.

மேலும் நான்கு மாதம் அவனைப்பற்றி எவ்வித தகவலுமின்றி நகர்ந்தது. எல்லோரும் கவலைப்படுவார்களே என்று ஒரு போன் செய்தேனும், தான் எங்கிருக்கிறேன் என்று தெரிவிக்கக்கூடத் தோன்றவில்லை அவனுக்கு. அவனைக் காணவில்லையென்றதும் கடன் கொடுத்தவர்களின் அடுத்த செயல் என்னவாக இருக்குமென்றும் புரியவில்லை. அவர்களும் தேடிக் கொண்டிருக்கிறார்களா அவனை? அல்லது அவர்களது பிடியில்தான் அவன் இருக்கிறானா? ஒருவேளை அவர்கள் அவனை ஏதேனும்? நினைப்பதற்கே

இரத்தம் உறைந்தது. இல்லை அப்படி எதுவுமிருக்காது. அவன் வந்துவிடுவான். வரவேண்டும். அவள் கண்களை மூடி பிரார்த்தித்தாள். ரிஷியின் முதலாவது பிறந்தநாளுக்கு இன்னும் ஒரே மாதம்தான் இருந்தது. அதற்குள்ளாவது அவன் வருவானா? இன்னும் எத்தனை நாள் இப்படி மற்றவர்களுக்கு சுமையாக இருப்பது? எல்லோரும் அன்பானவர்கள்தான் என்றாலும், அவர்களுக்குச் சுமையாக அங்கிருக்கும் ஒவ்வொரு நிமிடமுமே முள்ளாகக் குத்துவது போலிருந்தது.

இந்நிலையில்தான் ஒருநாள் விடியற்காலை இருள் பிரியும் முன்பு அழைப்பு மணி ஒலிக்கக்கேட்டு மாமனார் கதவைத் திறந்தார். மைதிலி மாடியிலிருந்து எட்டிப்பார்த்தாள்.

அத்தியாயம் 16

"**கி**ளம்பு" ஆனந்தன் சொல்ல, அவள் அவனை ஏறிட்டுப் பார்த்தாள். அறைக்கதவு சார்த்தியிருந்தது. அவனைப் பார்க்கவே எரிச்சலாயிருந்தது மைதிலிக்கு.

"இவ்ளோ நாள் எங்க போனீங்க? எங்களைப்பற்றி கொஞ்சமும் கவலைப்படாம காணாமல் போய்ட்டு இப்போ வந்து வான்னு கூப்பிட்டால் உங்களை நம்பி எப்படி வருவது?"

"போனதும் உங்களுக்காகத்தான். திரும்பி வந்ததும் உங்களுக்காகத்தான்."

"அதிருக்கட்டும். நகைகளை என்ன பண்ணினீர்கள்?"

"....."

"சொந்த வீட்டிலேயே பெண்டாட்டி நகையைத் திருடறீங்களே, வெக்கமால்லயா உங்களுக்கு?"

"அதுக்கு பேர் திருட்டில்ல, உரிமை."

"உரிமை என்பது கேட்டு வாங்கிக்கொள்வது."

"கேட்டிருந்தா குடுத்திருப்பயாக்கும்?"

"சரி... அதைக்கொண்டு கடனெல்லாம் அடைத்தாகிவிட்டதா?"

"ஒரளவுக்கு?"

"ஒரளவுக்குன்னா? மிச்ச கடனை எப்டி அடைக்கப்போறீங்க?"

"உனக்கு கணக்கு வழக்கெல்லாம் சொல்லிட்டிருக்க முடியாது. கிளம்புன்னா கிளம்பு. அல்லது என்கூட வர விருப்பமில்லாட்டி வரவேணாம். ஆனா என்னை வெளிய போகச்சொன்ன இந்த வீட்டுல நீ இருக்கக்கூடாது. உங்கப்பன் வீட்டுக்குப் போ."

அவள் அவனையே பார்த்தாள்.

அடுத்த அரைமணியில் குழந்தைகளை அழைத்துக்கொண்டு எல்லோரிடமும் விடைபெற்று, அவனோடு புறப்பட்டாள்.

✳✳✳

ஃப்ரிஜ்ஜில் காய் எதுவுமில்லை. மளிகை பொருட்கள் குறைவாகவே இருந்தன.

"பணம் வேணும்" மைதிலி அவனிடம் வந்து கேட்டாள்.

"எதுக்கு?"

"வீட்டில் ஒரு பொருளும் இல்லை. எப்டி சமைக்க?"

அவன் தன் சட்டைப் பையிலிருந்து பணம் எடுத்துக் கொடுத்தான். "இன்னும் ஆறு மாசத்துக்கு பணம் எதுவும் கேக்காதே சொல்லிட்டேன்."

கொடுத்த ரூபாய் ஒரு மாதச்செலவுக்கே போதுமா எனத் தெரியவில்லை. அதில் ஆறு மாதம் குடும்பம் நடத்தச் சொன்னவனை திகைப்போடு பார்த்தாள். அவன் போனில் யாரிடமோ பேசிக் கொண்டிருந்தான்.

"இங்க பாருங்க மாணிக்கம். அடுத்த படம் மினிமம் பட்ஜெட். பிரமாதமான ஸ்கிரிப்ட். குறைந்த செலவில் நிறைந்த லாபம் அள்ளிடுவேன். என்னை நம்புங்க."

மைதிலி முகம் சுளித்தபடி வெளியில் வந்தாள். மளிகைக் கடைக்கும், காய்கறி கடைக்கும் சென்று தேவையான பொருட்களின் பட்டியலைக் கொடுத்து வீட்டுக்குக் கொண்டு வந்து கொடுக்கச் சொல்லிவிட்டு வந்தாள்.

பொருட்கள் வந்து சேர்ந்ததும் சமையலை ஆரம்பித்தாள். பல மாதங்கள் கழித்து சமைக்கும் நறுமணம் வீட்டில் பரவியது. நீண்ட நாட்கள் கழித்து வீட்டுச் சாப்பாடு சாப்பிடும் ஆர்வத்தில் வேகவேகமாக அள்ளி விழுங்கினான் ஆனந்தன். குழந்தைகளுக்கும் சோறு கொடுத்து தூங்க வைத்துவிட்டு அடுக்களையில் மிச்சம் மீதி பணிகளை முடிக்கச் சென்றவளின் கையைப் பிடித்து இழுத்தான். அவளைக் கிறக்கத்தோடு பார்த்தான். உடற்பசி அவன் கண்களில் தெரிந்தது. மைதிலி அவன் கையை உதறிவிட்டு அடுக்களைக்குச் சென்றாள்.

அவன் பின்னாலேயே வந்தான். "உன்னிடம் கொஞ்சம் பேசணும் வா" என்று அவளைப் படுக்கையறைக்கு இழுத்து வந்தான்.

"உனக்கு என் மேல கோபமிருக்கும் மைதிலி. எனக்கு புரியுது. ஆனா வேற வழியில்லாமல்தான், என்னால உனக்கும் குழந்தைகளுக்கும் கஷ்டம் வரக்கூடாதுன்னு நான் சொல்லாமகொள்ளாம போயிட்டேன்."

"எங்க போனீங்க? என்ன பண்ணினீங்க?"

"அப்பா கொடுத்த பண்ணை நிலம் ஒன்றை விற்று பாதி கடனை அடைச்சுட்டேன்."

"மீதி கடன்?"

"அதுக்குதான் உன் உதவி வேணும். நீ மனது வைத்தால் மீதி கடனை அடைத்துவிடலாம். எங்கம்மாவோட நகைகளைக் கொடு."

"முடியாது. வம்சாவழியா இருக்கும் நகைகளை உங்களை நம்பி கொடுக்க முடியாது. ஏற்கனவே இந்த வீட்டின் பேரில் வாங்கின கடன் இருக்கு. இப்போ நகைகளைக் கேக்கறீங்க. விற்றால் மறுபடியும் வாங்கமுடியாத நகைகள் அவை."

"என்னோட அடுத்த படம் நிச்சயம் பாக்ஸ் ஆபீஸ் ஹிட் ஆகும். செலவு கம்மி. வரவு அதிகம்னு மினிமம் பட்ஜெட் படம். அதை வெச்சு எல்லா கடனையும் அடைச்சுடுவேன்."

"மாட்டிங்க. அதற்கடுத்த படத்தில் அதை முதலீடு செய்வீர்கள். உங்களைப்பற்றி எனக்குத் தெரியாதா? இந்த வீடு, நகைகள், இன்னும் இருக்கற சொத்துக்கள் எல்லாவற்றையும் விற்று கடனையெல்லாம் அடைங்க. வேணாங்கல. ஆனா இனி சினிமா எடுக்க மாட்டேன்னு குழந்தைங்க மேல சத்தியம் பண்ணுங்க, நகைகளைத் தரேன். கஞ்சியோ கூழோ கடனின்றி நிம்மதியா இருப்போம்."

அவன் அவளையே பார்த்தான். "நா யோசிக்கணும்" என்றான்.

"யோசிங்க, யோசிச்சு நல்ல முடிவெடுங்க." அவள் எழுந்து சென்றாள்.

இருதினம் கழித்து அவளிடம் வந்தான். குழந்தைகளின் தலையில் கை வைத்து சத்தியம் செய்தான். "இனி சினிமா எடுக்கல" என்றான். அவள் முகம் மலர்ந்தாள்.

சந்தோஷமாக சிற்றுண்டி செய்து அன்போடு அவனுக்குக் கொடுத்தாள். குழந்தைகளை அவன் பொறுப்பில் விட்டுவிட்டு நகைகளை எடுத்துவர வங்கிக்கு கிளம்பினாள்.

உயர்தர நவரத்தினக் கற்கள் பதித்த அவனது அம்மாவின் மிக அபூர்வமான விலை உயர்ந்த அத்தனை நகைகளும் லாக்கரில் மின்னியது. அவள் ஒருவிநாடி யோசித்தாள். பிறகு ஒரு முடிவுக்கு வந்தாள்.

இரண்டு மணி நேரத்திற்குப்பிறகு வீட்டுக்கு வந்தவள் அவனிடம் ஒரு கவரை நீட்டினாள்.

"என்ன இது? நகைகள் எங்கே?"

"அவற்றை அடமானம் வைத்து வாங்கிய பணம்தான் இது. மிக அபூர்வமான நகைகள் அவை. உயர்தர நவரத்தினங்கள் பதிக்கப்பட்டவை. அவற்றை விற்றால் உங்கப்பா மனது வேதனைப்படும். அதனாலதான் அடமானம் வைத்தேன். இதைவைத்து அநியாய வட்டி வாங்கறவங்க கடனை அடைங்க.

ரெண்டுபேரும் ஏதாவது வேலைக்குப் போவோம். சிக்கனமா வாழ்வோம். நகைகளை எப்டியாவது மீட்டுக்கலாம்."

அவன் முகம் சிவந்தது. "இந்தப் பணம் வட்டிக்குகூடக் காணாது" என்றான் எரிச்சலோடு.

"உங்கப்பா கொடுத்த எல்லா சொத்துக்களையும் விற்று கடனை அடைங்க. நகைகள் மட்டும் மிஞ்சட்டும்."

"எங்கிட்ட சத்தியம் வாங்கிட்டு நீ ஏதேதோ செய்யற. இது சரியியல்ல மைதிலி. இந்தப்பணம் எனக்குப் பத்தாது. சொத்துக்களில் பாதியை ஏற்கனவே விற்றாயிற்று. இந்த வீடு மட்டும்தான் மிஞ்சியிருக்கு. அதுவும் அடமானத்தில்."

"நீங்க சொல்வதைப் பார்த்தால் மொத்த நகைகளை விற்றாலும் கடன் அடையாது போலிருக்கே. உண்மையைச் சொல்லுங்க. என்னதான் செய்யறீங்க நீங்க? உங்க கடன் விவரங்களை எதையும் மறைக்காம சொல்லுங்க."

அவன் பளாரென அவள் கன்னத்தில் அறைந்தான். "பொம்பளையா லட்சணமா இரு. கேள்வி மேல கேள்வி கேக்கற? எங்கம்மா நகையை எடுத்து வெச்சுக்கிட்டு எனக்கே ஆட்டம் காட்டறயா? இரு வந்து உன்னை கவனிச்சுக்கறேன்" உறுமியபடி பணத்தோடு வெளியில் கிளம்பினான். அவள் நகை ரசீதை பத்திரப்படுத்திவிட்டு சோர்ந்துபோய் அமர்ந்தாள். பொய் சத்தியம் செய்திருக்கிறான். இவன் திருந்தமாட்டான்.

நள்ளிரவுதான் அவன் திரும்பி வந்தான். அவன் வந்த அரைமணியில் அழைப்புமணி ஒலிக்க, அவள் எழுந்து சென்று கதவைத் திறந்தாள். யாரோ இரண்டு முரடர்கள் அவள் வாயைப் பொத்தி கைகளைப் பின்னால் காட்டினார்கள். அவள் திமிறினாள். அவனை அழைக்க முயற்சித்தாள். முடியவில்லை. அழைப்புமணி ஒலித்த சபதம் கேட்டு யாராக இருக்குமென்று வெளியில்வந்து பார்ப்பானென்று நினைத்தாள். அவன் வரவில்லை. அவர்கள் அவளை குண்டுகட்டாகத் தூக்கிச்சென்று ஒரு காரில் அடைத்தார்கள். பயத்தில் நினைவிழந்தாள் அவள்.

ஏதோவொரு பழைய வீடு போலிருந்தது. பழைய கட்டிலொன்றில் அவள் கிடத்தப்பட்டிருந்தாள். நினைவு வந்தபோது தன் உடலில் புடவை இல்லையென்பதைக் கண்டு அலறியடித்தபடி எழுந்தமர்ந்து கைகளால் உடலை மூடிக்கொண்டு அழுதாள். கட்டிலில் ஒரு போர்வைகூட இல்லை உடலை மூடிக்கொள்ள. யாரையும் காணவில்லை. பெருங்குரலெடுத்து கத்தி உதவி கோரினாள். பயத்தில் உடல் நடுங்கியது. தொண்டை வறண்டு, மூச்சுத் திணறுவது போலிருந்தது. எவ்வளவு நேரமாயிற்றோ? யாரும் வருவது போலவும் தெரியவில்லை. கத்திக்கத்தி குரல் தேய்ந்தது. கத்தக்கூடத் தெம்பின்றி ஆனது. யாரிவர்கள்? எதற்கு என்னை அழைத்துவந்து இப்படி புடவையை உருவிய நிலையில் இங்கே அடைத்து வைத்திருக்கிறார்கள்? எதுவும் புரியாமல் தவித்தாள். தண்ணீருக்குத் தவித்தது வாய்.

நீண்டநேரம் கழித்து சார்த்திய கதவின் தாள் நீக்கப்படும் சப்தம் கேட்கவும் அவள் வாரிச்சுருட்டியபடி கட்டிலுக்குப் பின்புறம் நகர்ந்து உடலைக் குறுக்கி யாரும் தன்னைக் காணாதவாறு மறைந்துகொண்டாள். யாரோ லைட்டைப் போட அவள் அலறினாள்.

"என்னை விட்டுருங்க... யாரு நீங்க? எதுக்கு என்னை இப்டி? நா என்ன தப்பு செய்தேன்?"

"நீ எதுவும் தப்பு செய்யல. தப்பு செய்யறவன் உன் புருஷன். வாங்கின கடனை அவன் ஒழுங்கா கொடுத்துட்டா உன்னை விட்ரப்போறோம். அவனிடம் பேசியிருக்கோம். அவன் பணத்தோட வந்து கடனை அடைச்சுட்டு உன்னைக் கூட்டிட்டு போகட்டும். அதுவரை கம்முனு இரு."

"என் புடவையைக் கொடுங்க ப்ளீஸ்."

"புடவை இருந்தா தப்பிச்சு போயிருவ. அல்லது தற்கொலை பண்ணிக்க முயற்சிப்ப. அதான் புடவை உருவிட்டோம். மற்றபடி நாங்க பொம்பளைப் பொறுக்கிங்க இல்ல. கடனைத் திருப்பி வாங்க

இது ஒரு வழி. சாப்பாடு வெச்சிருக்கேன். சாப்பிட்டுவிட்டு சத்தம் போடாம இரு." அவன் பொட்டலம் எதையோ வைத்துவிட்டு வெளியேறிச்சென்று கதவை மீண்டும் தாளிட்டான்.

அவள் எழுந்து வந்து சாவி துவாரம் வழியே வெளியே பார்த்தாள். வெளியில் ஹால் மாதிரியிருந்த இடத்தில் ஒரு கொடியில் அவளது புடவை தொங்கிக் கொண்டிருந்தது. அதைத்தாண்டி ஒரு சிறிய முற்றம். ஆட்கள் யாரும் இருப்பதுபோல் தெரியவில்லை.

எந்த இடமென்று தெரியாத ஏதோவொரு இடத்தில் உடலில் புடவையின்றி பாவாடை ஜாக்கெட்டில் கூனிக்குறுகி அமர்ந்து அழுதுகொண்டிருந்தாள் அவள்.

யாரை நொந்துகொள்வதென்று அவளுக்குப் புரியவில்லை. பேசிப்பேசி தன்னை இந்தத் திருமணத்திற்கு சம்மதிக்கச் செய்தவர்களையா, தொடர்ந்து தவறுகள் செய்யும் புருஷனையா அல்லது தன் விதியையா? அழுதழுது கண்கள் வற்றியது. உடல் சோர்ந்துபோயிற்று. கண்கள் அந்த உணவுப் பொட்டலத்தைப் பார்த்தன. சாப்பிடப் பிடிக்கவில்லையென்றாலும், இங்கிருந்து தப்பிச்செல்ல உடலில் கொஞ்சம் தெம்பு வேண்டும்.

அவள் பொட்டலத்தைப் பிரித்தாள். உள்ளே தயிர் சாதமும், ஊறுகாயுமிருந்தது... பிடிக்காவிட்டாலும் சாப்பிட்டாள். ஒரு மண் கூஜாவில் தண்ணீர் இருந்தது. கை கழுவிக்கொண்டு சாவி துவாரம் வழியே பார்த்தாள். பார்த்துக் கொண்டேயிருந்தாள். கடவுளே யாரேனும் வரவேண்டும். மனசு பதைபதைப்புடன் வேண்டியது. இரண்டு மணிநேரம் கண்வலிக்கப் பார்த்துக்கொண்டிருந்த பின் முற்றத்தின் அருகே ஒரு வயதான ஆயா, தன் கையிலிருந்த குடத்திலிருந்து தண்ணீரை ஒரு இரும்பு பக்கெட்டில் ஊற்றிக்கொண்டிருந்தாள். மைதிலி சாவி துவாரத்தில் வாயை வைத்து சத்தமாக அவளை அழைத்தாள்.

அத்தியாயம் 17

"யாராவது இருக்கீங்களா? கொஞ்சம் குடிக்கத் தண்ணி கொடுங்களேன். நாக்கு வறண்டு போவுதுங்க... தயவுசெய்து ஒரே ஒரு கிளாஸ் தண்ணி குடுங்க..." மைதிலி தீனமான குரலில் அழைக்க, அந்தக் கிழவி திரும்பிப் பார்ப்பது தெரிந்தது. கிழவி ஒரு நிமிடம் யோசித்துவிட்டு பிறகு கதவை நோக்கி வந்தாள். மண் கூஜாவிலிருந்த நீரை, அறையை ஒட்டியிருந்த கழிவறையில் அவசரமாகக் கொட்டினாள் மைதிலி.

மீண்டும் சாவி துவாரம் வழியே பார்த்தாள். கிழவி ஹால் சுவரில் மாட்டியிருந்த சாவியை எடுத்து வந்து கதவைத் திறந்தாள். மைதிலி தரையில் மயங்கிய நிலையில் படுத்திருப்பதுபோல் கிடந்தாள். கிழவி அவளைக் கவலையோடு பார்த்தாள். "ஏம்மா எந்திரி... தண்ணி கேட்டாயே, இந்தா குடி..." ஒரு கை நீரை எடுத்து இவள் முகத்தில் தெளித்தாள். மைதிலி கண் விழித்து மடமடவென்று நீரை வாங்கி குடித்தவள், "என்னைக் காப்பாத்துங்க ஆயா... எனக்கு ரெண்டு சின்னக் குழந்தைங்க இருக்காங்க. உங்க மகளாட்டம் நினைச்சு எனக்கு உதவி பண்ணுங்க ஆயா. உங்களை என் கடவுளா நினைச்சு கேக்கறேன். உதவுங்க ஆயா."

"ஏந்தாயி... பாத்தா நல்ல குடும்பத்து பொண்ணாட்டம் இருக்க. இங்க வந்து மாட்டிக்கிட்டயே. உன் புருஷங்காரன் வந்து பணத்தைக் குடுக்காம உன்னைய அனுப்பமாட்டாங்களே. வழக்கமா இங்க பொண்ணுங்களைக் கூட்டியாந்தா, உடனே

அவ புருஷங்காரன் ஒருமணிநேரத்துல அலறியடிச்சுக்கிட்டு எப்டியாச்சும் பணத்தோட ஓடியாருவான். உன் புருஷன் ஏன் இன்னும் வரலை?"

"ஆயா தயவுசெய்து உதவுங்க ஆயா... குழந்தைங்க என்னைக் காணாமல் கதறும். அதுங்களை விட்டுட்டு அவரால பணத்துக்கு எங்கேயும் அலைய முடியாது. அதான் இன்னும் வரலை. நாங்க யாரையும் ஏமாற்றமாட்டோம். தயவுசெய்து என்னை வெளிய போகவிடுங்க. கண்டிப்பா பணத்தோட அவரை அனுப்பி வெக்கறேன். உதவுங்க ஆயா."

"என்னால முடியாது தாயி. என்னைக் கொன்னே போடுவாங்கம்மா." ஆயா சாவியோடு எழுந்தாள். வேறு வழியில்லை. மைதிலி சட்டென ஆயாவை இழுத்து கட்டிலில் தள்ளி அவள் புடவைத் தலைப்பையே அவளது வாயில் அடைத்து, புடவையின் மறு நுனியால் அவள் கைகளைக் கட்டிப் போட்டுவிட்டு, கதவை வெளியில் தாளிட்டுவிட்டு அவசரமாக புடவையை சுற்றிக்கொண்டு பதுங்கிப் பதுங்கி மெதுவாக வெளியில் வந்தாள். அவள் நல்லநேரம் வெளியில் யாருமில்லை. கும்மிருட்டில் சட்டென வீதியிலிறங்கினாள். வெளியில் நல்ல மழை பெய்து கொண்டிருந்தது... புடவைத் தலைப்பால் தலையில் முக்காடிட்டவாறு ஒரு ஆட்டோவைப் பிடித்து ஏறினாள்.

✳ ✳ ✳

"வந்துட்டயா" கதவைத் திறந்து அலட்சியமாகக் கேட்டவனை எரித்துவிடுவது போலப் பார்த்தவள், பீரோ திறந்து ஆட்டோவுக்குப் பணம் எடுத்துகொண்டு போய்க் கொடுத்துவிட்டு வந்தாள்.

"மனுஷன்தானா நீங்க? நீங்க வாங்கின கடனுக்கு பெண்டாட்டிய ஒருத்தன் கடத்திக்கிட்டு போறான். கொஞ்சம்கூடப் பதட்டமோ, சூடுசுரணையோ இல்லாம வந்துட்டயான்னு கேக்கறீங்க?"

"இப்டி நடந்துடக் கூடாதுன்னுதான் உன்கிட்ட நகையைக் கேட்டேன். நீ என்னை நம்பல. நீ கொடுத்த பணம் பத்தலை. நா என்ன செய்ய?"

"அப்போ இப்டி நடக்கும்னு தெரிஞ்சுதான் அளவுக்கு மீறி கடன் வாங்கியிருக்கீங்க?"

"சினிமான்னா லாபம் நஷ்டம் இருக்கத்தான் செய்யும். அதுக்காக எல்லாரும் படம் எடுக்காமயா இருக்காங்க?"

"உங்க தாத்தாவும்தான் படம் எடுத்தார். உங்க பாட்டியை இப்டித்தானா புடவையில்லாம...?" அவள் அவமானமும், வேதனையும் தாங்காமல் குமுறிக் குமுறி அழ ஆரம்பித்தாள். அவன் கொஞ்சம்கூடக் குற்ற உணர்வின்றி தன் அறையில் நுழைந்து கதவைத் தாளிட்டுக்கொண்டான். குழந்தைகளுக்கு இருப்பதை சாப்பிடக் கொடுத்து, அவர்களோடு அவளும் தன் அறைக்குச் சென்று கதவை உட்புறம் தாளிட்டுக்கொண்டாள். தன்னைக் காணாமல் அவர்கள் மீண்டும் வீட்டுக்கு வந்து விடுவார்களோ என்று நடுங்கினாள். அப்படி வந்தால் போலீசை அழைக்க வேண்டியதுதான் என்று நினைத்தாள். ஆனால் யாரும் வரவில்லை. வெளியில் நல்ல மழைபெய்து கொண்டிருந்தது. அவள் வெளியில் வந்து கிச்சனுக்குச் சென்று பாலைக் காய்ச்சி, இரவு உணவுக்கு கோதுமை தோசையும் சட்டினியும் செய்தாள். அறைக்கதவைத் தட்டி அவனை சாப்பிட அழைத்தாள். கொஞ்சம்கூட வெட்கமின்றி வந்து வயிறு நிறைய சாப்பிட்டான். பிறகு அவள் ஆற்றிக்கொடுத்த ஒரு கிளாஸ் பாலையும் குடித்துவிட்டு மீண்டும் அறைக்குள் சென்றான்.

அவள் தன் அறைக்கு வந்தாள். சரியாக ஒருமணிநேரம் கழித்து அவனது அறைக்கு வந்தாள். பாலில் அவள் அளவோடு கலந்துகொடுத்திருந்த தூக்க மாத்திரைகளின் தயவில் அவன் அடித்துப் போட்டாற்போல தூங்கிக் கொண்டிருந்தான். அவள் அவனது பீரோவைத் திறந்தாள்.

உள்ளேயிருந்த பணத்தை எடுத்துக்கொண்டாள். அடுத்த பதினைந்து நிமிடத்தில் அவள் தன் சூட்கேஸ், மற்றும் ஒரு பெரிய பையோடு, குழந்தைகளையும் அழைத்துக்கொண்டு வீட்டுக்கு வந்து வாசற்கதவை வெளியில் பூட்டி சாவியை ஜன்னல் வழியே உள்ளே எறிந்தாள்.

தெருமுனைக்கு வரும் வழியில் சாலையோரம் இருந்த ஒரு போஸ்ட் பாக்ஸில் கடிதமொன்றைப் போட்டுவிட்டு, ஒரு ஆட்டோவைப் பிடித்து பேருந்து நிலையம் வந்தாள். கிளம்பத் தயாராக இருந்த ஒரு பேருந்தில் குழந்தைகளோடு ஏறினாள்.

∗∗∗

மைதிலி அக்காவின் மடியில் சாய்ந்து கேவிக்கேவி அழுதாள். அவள் உடல் குலுங்கியது. "இதுக்குப் பிறகும் அவரோட நான் எப்டி வாழ முடியும்க்கா? எவனோ ஒருத்தன் கடத்திக் கொண்டுபோய் புடவையை உருவிட்டு ஒரு அறையில் அடைத்து வைக்கறான். பணத்தை வசூல் செய்வதற்கு என்னைப் பகடைக்காயாக உபயோகித்துக் கொள்கிறான். தாலிகட்டிய புருஷனோ என் மான, அவமானத்தைப் பற்றி சிறிதும் கவலைப்படாம, என்னை மீட்க எந்த ஏற்பாடும் செய்யாம, நானா தப்பிச்சுப் போனபிறகு, எதுவுமே நடக்காத மாதிரி, வந்துட்டயான்னு சர்வசாதாரணமா கேக்கறான், இவனோட இனி எந்த நம்பிக்கையில் என்னால சேர்ந்து வாழ முடியும்னு நினைக்கற? இன்னிக்கு எனக்கு நடந்தது நாளைக்கு என் பெண்ணுக்கும் நடக்காதுன்னு என்ன நிச்சயம்?"

அக்காவால் எதுவும் பேசமுடியவில்லை. அவளது கரம் மைதிலியின் முதுகை ஆறுதலாகத் தடவிக்கொடுத்தது. தங்கைக்கு நேர்ந்த அவலம் தெரிந்தபிறகு அதிர்ச்சியும், துக்கமும் சேர அவளும் அழுதாள்.

"நீ செய்தது சரிதான் மைதிலி. வேணாம். இனி நீ அந்த துஷ்டனோட சேர்ந்து வாழவே வேணாம். எங்களாலதானே

உனக்கிந்த கஷ்டம்? கல்யாணம் வேணாம், வேலைக்குப் போறேனென்னு சொன்ன உன்னை நாங்கதானே..."

"நமக்கென்ன ஞான திருஷ்டியா இருக்குக்கா? சிலநேரம் நம்ம கணிப்பு தவறிப்போயிடுது என்ன செய்ய? இந்த விஷயம் உன் மனசோட இருக்கட்டும்க்கா. தயவுசெய்து யாரிடமும் சொல்லிக்க வேண்டாம். அப்பா அம்மா, எங்க மாமனார், அண்ணிகள் யாராலாயும் இதைத் தாங்க முடியாது. எங்க மாமனார் அவரை ஜெயிலுக்கு அனுப்பக்கூடத் தயங்கமாட்டார். என் மானம் கோர்ட் படியேற வேணாம்னு நினைக்கறேன். அவரை மட்டும்தான் நான் வேணாம்னு வந்திருக்கேன். மற்ற உறவுகளை என்னால வெறுக்கவோ, ஒதுக்கவோ முடியாது. அதனால நான் வாழ்க்கையில் ஜெயிச்சு நல்ல நிலைக்கு வந்தபிறகு கண்டிப்பா எல்லாரையும் சந்திக்க வருவேன்னு மட்டும் சொல்லிவை போதும். எங்க இருந்தாலும் நான் உன்னோட தொடர்புகொள்வேன். என் வளர்ச்சியை உனக்குத் தெரிவிப்பேன். சரியா? அப்பறம்... ஆனந்தனைப்பற்றி எந்த விஷயத்தையும் எனக்கு மறந்தும் சொல்லவேண்டாம். இனி என் வாழ்க்கையில் அவரைப் பற்றிய செய்திகளுக்குக்கூட இடமில்லை."

"சொல்லமாட்டேன். நீ நிம்மதியா இரு. இனி உனக்கு எந்த கஷ்டமும் வரக்கூடாது என்பது மட்டும்தான் என் பிரார்த்தனையா இருக்கும். என்னால முடிஞ்சப்போ எல்லாம் உன்னை வந்து பார்க்கறேன். உனக்கும் என்ன உதவி வேணும்ன்னாலும் உடனே எனக்கொரு போன் பண்ணு."

மறுநாள் அவள் வங்கிப்பணியில் சேர்ந்தாள். அவர்களோடு மேலும் நான்கு நாட்கள் அங்கு தங்கியிருந்துவிட்டு அக்கா ஊருக்குக் கிளம்பினாள்.

✳✳✳

கிரகங்களைப் பிடிக்கும் கிரகணங்கள் நிரந்தரமில்லை என்பது போலதான் மனிதர்களை ஆட்டுவிக்கும் கஷ்டமும்

நிரந்தரமில்லை. அவையும் மெல்ல விலகும். அதற்கு மனித முயற்சியும், முடிவெடுக்கும் வல்லமையும் கூடவே தேவைப்படும். மைதிலி சரியான முடிவுகளை எடுத்திருந்தாள். தாலிகட்டி விடுவதால் மட்டுமே ஒருவன் ஒரு பெண்ணுக்குப் புருஷனாகிவிட முடியாது. அவளது பாதுகாப்புக்கும் அவன் உத்தரவாதமாக இருக்கவேண்டும். தன் தவறுகள் மூலம் மனைவியின் மானத்தையும், பாதுகாப்பையும் கேள்விக்குறியாக்குபவனின் ஆண்மை சந்தேகத்திற்கு உரியதாகும். அப்படிப்பட்டவனோடு சேர்ந்து வாழ்ந்து, தானொரு கற்புக்கரசியெனப் பெயரெடுக்க அவள் விரும்பவில்லை. வேலையில் சேருவதற்கு முதல்நாளே அக்காவோடு சென்று, தன் கழுத்தில் அவன் கட்டிய மஞ்சள் கயிறைக் கழற்றி மாமாங்குளத்தில் வீசியெறிந்து தலைமுழுகிவிட்டு எழுந்தாள். திருமாங்கல்யத்தை உருக்கி விற்று தனக்கொரு ஸ்கூட்டர் வாங்கிக்கொண்டாள். குழந்தைகளுக்குத் தாயும் தந்தையுமானாள். குழந்தைகள், அவர்களது எதிர்காலம் மட்டுமே அவளது சிந்தனையில் நிறைந்திருந்தது. அவர்களுக்காகவே உழைத்தாள்.

குழந்தைகளை நல்ல பள்ளியில் சேர்த்து படிக்க வைத்தாள். இருவரும் நன்கு படித்தார்கள். மாயா பள்ளிப்படிப்பில் முதலாவதாக மதிப்பெண் எடுத்து தேறி, ஐஐடி நுழைவுத் தேர்விலும் வென்று, அவளது உயர்படிப்பைத் தொடர்ந்தாள். அதற்கு சில வருடங்கள் கழித்து ரிஷியும் பள்ளிப்படிப்பில் முதல் மதிப்பெண் எடுத்து இந்தியாவின் மிகப்பெரிய கல்லூரியில் பொறியியல் படிப்பில் சேர்ந்தான். நடுவில் ஒருமுறை மாமியாரின் நகைகளை அடமானம் வைத்த வங்கிக்குச் சென்று அசலும், வட்டியும் முழுமையாகக் கட்டி நகைகளை மீட்டுக்கொண்டு வந்தாள். அதன் பிறகு மகன், மகள் இருவரையும் அழைத்துக்கொண்டு அப்பா அம்மாவையும், புகுந்த வீட்டினரையும் காணச்சென்றாள்.

பரஸ்பரம் அனைவரும் உகுத்த கண்ணீரே அவர்களது மொழியாயிற்று. குழந்தைகள் தாத்தா பாட்டியை நமஸ்கரித்து

ஆசி பெற்றார்கள். அண்ணிகள் அன்பைப் பொழிந்தார்கள். மாயாவையும், ரிஷியையும் உச்சிமுகர்ந்து மகிழ்ந்தார்கள். மாமனார் அவளிடம் ஒரு பத்திரத்தை நீட்டினார்.

"எனக்கு எதுவும் வேணாம் மாமா. உங்களை அவமதிப்பதா நினைக்கக் கூடாது. என் குழந்தைகள் தன்னுடைய உழைப்பில் உயரணும்னு நினைக்கறேன். உங்கள் ஆசிகளும், அன்பும் மட்டும் அவர்களுக்குப் போதும். நாங்க நல்ல நிலைக்கு வந்த பிறகுதான் உங்களை வந்து பார்க்கணும்னு நினைச்சேன். என்னிடம் நீங்க ஒப்படைத்திருந்த என் மாமியாரின் நகைகளை மட்டும் எப்டியோ மீட்டுக்கொண்டு வந்துட்டேன். உங்க கையாலயே நீங்க அதை என் பெண்ணுக்கும், பையனுக்கும் கொடுத்து ஆசீர்வதிங்க. உங்க எல்லோரையும் நான் நினைக்காத நாளில்லை. என்னிடம் நீங்க எல்லாரும் காட்டும் பேரன்புதான் எப்பவுமே என்னை வழி நடத்திக் கொண்டிருக்கும். முடியும்போதெல்லாம் வந்து உங்க எல்லாரையும் பார்க்கறேன். நீங்களும் எங்களோட வந்து இருங்க" அவள் அவர்களை நமஸ்கரித்து விடைபெற்றாள். ஆனந்தனைப்பற்றி அவள் எதுவும் கேட்க விரும்பவில்லையென்பது புரிய, அவர்களும் அவனைப்பற்றி எதுவும் பேசவில்லை. அவள் கழுத்தில் தாலியில்லாததே அனைத்தையும் புரிய வைத்தது.

✳✳✳

2022 (மைதிலி இப்போது)

மாயா, ரிஷி இருவருக்கும் திருமணமாகி, மாயா நியூயார்க்கில் நல்ல வேலையுடன், கணவன் இரண்டு பெண் குழந்தைகள் என்று சௌக்கியமாக இருக்கிறாள். ரிஷி ஜெர்மனியில் உயர் பதவியிலிருக்கிறான். மனைவி ஒரு மகன், என்று சந்தோஷமாக வாழ்ந்து கொண்டிருக்கிறான். மைதிலி பணி ஓய்வு பெற்று, ஆறுமாதம் அமெரிக்காவில், ஆறு மாதம் ஜெர்மனியில், இடையில் ஒரிரு மாதங்கள் இந்தியாவில்

கோவில் குளமென்று காலில் சக்கரம் கட்டிக்கொண்டு ஓடுகிறாள். அவள் அமெரிக்கா சென்றாலும் சரி, ஜெர்மனி சென்றாலும் சரி, பெண்ணும், மருமகளும் அன்போடு ஆரத்தியெடுத்து அவளை உற்சாகமாக வரவேற்பது வழக்கமாயிற்று. இந்தியாவில் இருக்கும்போது கண்டிப்பாக பத்து நாட்களேனும் வரலட்சுமி சேவா இல்லத்தில் தங்குவது வழக்கம். ஜம்புலிங்கம் ஐயாவும், மீனாக்ஷியம்மாவும் தற்போது உயிருடனில்லை, ஐயாவின் நினைவு நாளை எல்லோருடனும் அங்கு விமரிசையாகக் கொண்டாடுவது அவள் வழக்கம். அன்பு, அன்பு, அன்பு மட்டுமே அவளை எல்லோருடனும் பிணைத்து வைத்திருக்கிறது. அதனிடையே குன்றென நிமிர்ந்து வாழ்ந்து கொண்டிருக்கிறாள் அவள்.

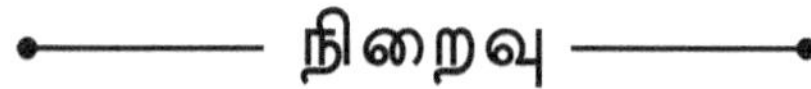 நிறைவு